Prix : 0$25

SÁCH VẦN CHỮ PHÁP

册韻𡨸法

SYLLABAIRE FRANÇAIS

SUIVI DES MOTS USUELS

A L'USAGE DES ANNAMITES

par

M. PHƯƠNG-ĐÌNH

1ère ÉDITION

Éditeur

LIBRAIRIE CAM-VAN

11, Rue du Coton

HANOI

IMP. NGHIÊM-HÀM — HANOI

TABLE DES MATIÈRES

1re Partie. — SYLLABAIRE

2e Partie. — MOTS USUELS

SÁCH VẦN CHỬ PHÁP

册韻𡨸法

SYLLABAIRE FRANÇAIS

SUIVI DES MOTS USUELS

A L'USAGE DES ANNAMITES

par

M. PHƯƠNG-ĐÌNH

1re ÉDITION

Éditeur
LIBRAIRIE CAM-VAN
11, Rue du Coton
HANOI

CARACTÈRES D'ÉCRITURE (Chữ viết)

Majuscules (*Lối chữ hoa*)

A B C D E

F G H I J

K L M N O

P Q R S T

U V X Y Z

CARACTÈRES D'IMPRIMERIE (Chữ in)

Majuscules (Lối chữ hoa)

A	**B**	**C**	**D**	**E**
F	**G**	**H**	**I**	**J**
K	**L**	**M**	**N**	**O**
P	**Q**	**R**	**S**	**T**
U	**V**	**X**	**Y**	**Z**

CARACTÈRES D'ÉCRITURE (Chữ viết)

Minuscules (*Lối thường*)

a	*b*	*c*	*d*	*e*
f	*g*	*h*	*i*	*j*
k	*l*	*m*	*n*	*o*
p	*q*	*r*	*s*	*t*
u	*v*	*x*	*y*	*z*

Chiffres (*Số đếm*)

0	*1*	*2*	*3*	*4*
5	*6*	*7*	*8*	*9*

CARACTÈRES D'IMPRIMERIE (chữ in)

Minuscules (Lối thường)

a	b	c	d	e
			đê	ơ
f	g	h	i	j
ép *phờ*				gi
k	l	m	n	o
				ô
p	q	r	s	t
u	v	x	y	z
uy				dét *dờ*

Chiffres (Số đếm)

0	1	2	3	4
dê rô	oong	đơ	tờ roa	cát *tờ rờ*
5	6	7	8	9
xanh	sít	sết	huýt	nớp

Nhời dặn. — Những chữ nào tiếng đọc cũng giống như chữ quốc-ngữ thì để nguyên, chữ nào đọc khác thì có ghi quốc-ngữ ở dưới, mà tiếng in bằng chữ nghiêng thì phải đọc khẽ hơn những chữ thường.

VOYELLES (chữ âm)

a	e	i	o	u	y
	ơ		ô	uy	

CONSONNES (chữ không âm)

b	c	d	f	g	h	j
		đ	ép *phờ*			gi
k	l	m	n	p	q	r
s	t	v	x	z		
				dét *đờ*		

LETTRES DOUBLÉES (chữ kép)

æ	œ	w	ç
a đúp ơ	ô đúp ơ	đúp vê	xê xê đin

ACCENTS (các thứ dấu)

Accent ăc xăng	**aigu** t-ê-guy	´	**dấu sắc**
Accent ăc xăng	**grave** *gở* ra vờ	`	**dấu huyền**
Accent ăc xăng	**circonflexe** xia công *phờ* léc	^	**dấu mũ**
Tréma (*tờ* rê ma)		••	**dấu hai chấm ngang**

VOYELLES ACCENTUÉES (chữ âm có dấu)

é
ê....(dọc là : ê ắc xăng t-ê-guy)

à	**è**	**ù**		
a....	e.....	uy.....		
â	**ê**	**î**	**ô**	**û**
a......	ê......	i......	o......	uy......
ë	**ï**	**ü**		
ơ...	i...	uy...		

1. **Ba be bi bo bu bé bè bê.**

bơ bô buy bê be

2. **Ca co cu.**

cô quy

3. **Da de di do du dé dè dê.**

đa đơ đi đô đuy đê đe

4. **Fa fe fi fo fu fé fè fê.**

pha phơ phi phô phuy phê phe

5. **Ga gue gui go gu gué guè guê.**

gơ ghi gô guy ghê ghe

6. **Ha he hi ho hu hé hè hê.**

hơ hô huy hê he

7. **Ja je ji jo ju jé jè jê.**

da dơ di dô duy dê de

8. **Ka ke ki ko ku ké kè kê.**

cơ cô quy kê ke

9. **La le li lo lu lé lè lê.**

lơ lô luy lê le

10. **Ma me mi mo mu mé mè mê.**

mơ mô muy mê me

11. **Na ne ni no nu né nè nê.**

nơ ni nô nuy nê ne

12. **Pa pe pi po pu pé pè pê.**

pơ pô puy pê pe

13. **Qua que qui quo qû qué què quê.**

cơ ky cô quy kê ke

14.	**Ra**	**re**	**ri**	**ro**	**ru**	**ré**	**rè**	**rê.**
		rơ		rô	ruy	rê	re	
15.	**Sa**	**se**	**si**	**so**	**su**	**sé**	**sè**	**sê.**
		sơ		sô	suy	sê	se	
16.	**Ta**	**te**	**ti**	**to**	**tu**	**té**	**tè**	**tê.**
		tơ		tô	tuy	tê	te	
17	**Va**	**ve**	**vi**	**vo**	**vu**	**vé**	**vè**	**vê.**
		vơ		vô	vuy	vê	ve	
18	**Xa**	**xe**	**xi**	**xo**	**xu**	**xé**	**xè**	**xê.**
		xơ		xô	xuy	xê	xe	
19	**Za**	**ze**	**zi**	**zo**	**zu**	**zé**	**zè**	**zê.**
		dơ	di	dô	duy	dê	de	dê
20	**Ça**	**ço**	**çu.**					
		xô	xuy					
21	**Ce**	**ci**	**cé**	**cè**	**cê.**			
	xa	xi	xê	xe				
22	**Cha**	**che**	**chi**	**cho**	**chu**	**ché**	**chè**	**chê.**
	sa	sơ	si	sô	suy	sê	se	

23 **Gé** **gi** **gé** **gè** **gê**

giơ gië gie giê

24 **Gna** **gne** **gni** **gno** **gnu** **gné** **gnè** **gnê**

nha nhơ nhi nhô nhuy nhê nhe

25 (1) **Illa** **ille** **illi** **illo** **illu** **illé**

i da i dơ i di i dô i duy i dê

illè **illê.**

i de i dê

26 **Pha** **phe** **phi** **pho** **phu** **phé**

phơ phô phuy phê

phè **phê.**

phe

27 **Tha** **the** **thi** **tho** **thu** **thé**

ta tơ ti tô tuy tê

thè **thê.**

te tê

(1) Vần này có hai cách đọc. Nên xem điều thứ IX ở bài « NHẬN BIẾT VỀ CÁCH ĐỌC » thì rõ.

APPLICATION (Bài ghép tiếng)

A	a-mi	bạn		i-dée	ý riêng, ý tưởng
	â-me	linh hồn		i-o-de	thuốc ban miêu
	â-ge	tuổi		i-né-ga-le	không bằng nhau
	a-va-re	hà tiện	O	o-ri-fi-ce	miệng lọ
	a-da-ge	câu ví		o-va-le	hình bồ dục
	a-mè-re	cay đắng		o-ri-gi-ne	cỗi rễ, gốc
E	é-lè-ve	học trò		o-ra-ge	cơn dông
	é-tu-de	sự học hành		o-ta-ge	của bắt phải chuộc
	é-co-le	nhà trường		ô-té	cất đi, trừ ra
	é-lo-ge	nhời khen	U.	u-ni	bằng phẳng
	é-vê-que	chức Giám mục		u-ri-ne	nước tiểu
	é-ta-ge	từng gác		u-ti-le	có ích, lợi
I	i-ma-ge	chanh vẽ hình ảnh		u-ni-que	có mỗi một
	i-do-le	pho tượng		u-ti-li-té	sự có ích
	i-ci	ở đây		u-na-ni-me	cùng hợp ý

1 **ba-na-ne** quả chuối

be-so-gne việc làm

bi-che con nai cái

bi-è-re rượu bọt

bo-bi-ne cuộn chỉ

bu-che thanh củi

bé-bé con nít

bê-te loài vật

bê-che cái mai

2 **ca-fé** nước cà phê

co-co quả dừa

cu-be thước đứng

3 **da-te** niên hiệu

de-mi nửa

di-re bảo

do-ci-le dễ bảo

du-re-té cứng

dé cái đê thợ may (con thò lò)

4 **fi-dè-le** trung tín

fa-ci-le dễ (dễ dàng)

ca-ra-fe bình đựng nước

fi-gu-re mặt (hình diện)

fo-li-o số trang

fu-ti-le nhỏ mọn

fé-e nàng tiên

fê-te ngày hội (tiệc)

fê-ve hạt đạu

fi-gue quả vả

5 **ga-re** bến hỏa xa

gui-de kẻ đưa đường

	li-go-ta-ge	sự trói chặt
	lé-gu-me	rau đậu
	gué-ri-te	vòm canh
	guè-re	ít lắm
6	ha-che	cái dìu
	hé-li-ce	cái cánh quay
	vé-hi-cu-le	các thứ xe
	ho-mi-ci-de	kẻ giết người
	hu-mi-de	ẩm ướt
	hé-ri-ta-ge	gia tài
	hé-re	người hèn
7	ja-de	ngọc thạch
	je-té	đã ném
	jo-li	đẹp
	ju-pe	cái xiêm

	ju-ju-pe	quả táo
8	ka-ki	mùi vải vàng (cây hồng)
	mi-ka-do	vua Nhật bản
	co-ke	than luyện
	ki-lo	một cân tây
	ké-pi	mũ lính bộ
9	la-me	lưỡi giao
	ga-le	ghẻ lở
	li-me	cái rũa
	lo-ge	phòng riêng
	lu-ne	mặt trăng
	sa-lé	mặn
	co-lè-re	cơn giận
10	ma-da-me	bà đầm
	me-nu	giấy biên đồ ăn

mi-di	chính ngọ
mo-de	kiểu
mu-le	con la cái
mé-na-ge	việc nội trợ
mè-re	mẹ
mê-lé	lẫn lộn
11 **na-vi-re**	tầu thủy
mi-ne	mỏ
ma-ni-è-re	cách điệu
no-ce	tiệc cưới
no-vi-ce	chú tiểu
nu-mé-ro	số đếm
né-go-ce	sự buôn bán
12 **pâ-le**	xanh sám
pa-na-che	lông cài mũ
pa-ro-le	nhời nói
pe-lé	trụi lông
pe-lu	có lông
pi-pe	cái điếu
pi-que	mũi siên
po-che	túi
po-è-me	văn thơ
po-è-te	người văn sĩ
po-li	có phép
po-li-ce	việc tuần cảnh
pu-re-té	sự trong sạch
pé-ta-le	cánh hoa
pè-re	cha
pê-che	quả đào (việc đánh cá)
pé-ri-o-de	quãng thì giờ

13 **qua-li-té** tính tốt

mu-si-que âm nhạc

la-que sơn ta

li-qui-de đồ lỏng

qui-ni-ne thuốc sốt rét

quo-ti-té mỗi phần góp

pi-qû-re lỗ châm kim

re-quê-te đơn khiếu

14 **ra-ce** loài, giống

ra-ci-ne rễ cây

ra-de bến tàu thủy

ra-re ít khi có

re-mè-de vị thuốc

re-di-re nói lại

ri-che giàu có, lịch sự

ro-se hoa hồng

ra-di-o vô tuyến điện

ro-ti thịt quay

ré-si-ne nhựa

rê-ve giấc mộng (mơ màng)

15 **sa-ge** khôn ngoan

sa-co-che bao da

sa-la-de rau sống

sa-pè-que đồng tiền

si-è-ge chỗ ngồi

so-li-de vững bền

so-le cá bơn

sû-re-té sự chắc chắn

la sè-che (seiche) cá mực

sé-sa-me vừng

sé-vé-ri-té sự nghiêm trang

16 **ta-che** vết lấm

tâ-che việc làm khoán

te-nue cách ăn mặc

ti-mi-de	nhát
tô-le	sắt mỏng
tu-be	ống
té-lé-pho-ne	điện thoại
té-mé-ri-té	sự làm liều
17 va-li-de	khỏe mạnh
va-li-se	cái tráp da
ve-nu	đã đến
vi-de	rỗng không
la vie	đời
vi-gne	cây nho
vi-pè-re	con rắn độc
vi-si-te	sự đến thăm
vo-lu-me	cuốn sách
vu	đã xem, bởi vì

la vue	sự trông thấy
vé-ri-té	sự thực
18 ma-xi-me	câu luận
ta-xe	thuế lệ
fi-xe	nhất định
ri-xe	sự ẩu đả
bo-xe	đấu võ
19 zè-le	sự ái-mộ
zé-ro	số không
zo-ne	nơi
20 ça	này
ça et là	đây đó
fa-ça-de	trước cửa
dé-çu	thua, hỏng
re-çu	tờ biên lai, đã được

21	ce	này
	ce ma-ri-a-ge	đám cưới này
	ci-ga-le	ve sầu
	ci-ga-re	thuốc lá quấn
	ci-go-gne	con cò
	ci-me	trên ngọn
	ci-ra-ge	thuốc đánh giầy
	ci-re	sáp
	cé-ci-té	sự mù lòa
	cé-lé-ri-té	sự nhanh nhẹn
	cé-no-ta-phe	bia kỷ-niệm
	cé-ra-mi-que	đồ gốm (bằng đất)
	cé-ré-a-le	ngũ cốc (thóc lúa)
	cé-ré-mo-nie	việc làm lễ
22	cha-que	mỗi một
	cha-ri-té	nhân đức
	che-mi-se	áo lót mình
	che-mi-née	lò sưởi
	chi-que	miếng trầu
	cho-se	vật gì, sự gì
	chu-te	sự sụt xuống
	ché-ri	yêu mến
23	ge-lée	nước đông
	gi-ra-fe	hươu cao cổ
	ma-gie	phép phù-thủy
	gé-mo-nies	nơi xử tù
	gé-nie	thần thánh
	gé-né-a-lo-gie	giòng giõi
	gé-né-ro-si-té	lòng rộng rãi
	gé-o-dé-sie	địa chất (đo địa cầu

gé-o-lo-gie	địa-lý
gè-ne	sự túng bấn
gê-né	ngăn trở
24 **si-gna-tu-re**	chữ ký
rè-gne	đời vua
ma-gni-fi-que	trọng thể
i-gno-ré	không quen biết
ro-gnu-re	mảnh xén ra
si-gné	đã ký tên
25 **bi-lle**	hòn lăn
ba-tai-lle	sự đánh trận
fai-lli-te	vỡ nợ
pai-lle	rơm, rạ
mé-dai-lle	bội tinh
mu-rai-lle	bức tường
gui-llo-ti-ne	máy chém
26 **pha-re**	đèn vọng đăng
phi-lo-so-phe	người triết-học
pho-to-pho-re	cây đèn nến
phé-no-mè-ne	điềm lạ
thé	chè
thé-i-è-re	bình chè
mé-tho-de	lối quen
tho-rax	ngực
thu-i-a	cây trắc
thè-me	bài dịch (tiếng quốc ngữ ra tiếng khác)

27	**Bla**	**ble**	**bli**	**blo**	**blu**	**blé**	**blè**	**blê**
	bờ-la	*bờ-lơ*	*bờ-li*	*bờ-lô*	*bờ-luy*	*bờ-lê*	*bờ-le*	*bờ- lê*
28	**Cla**	**cle**	**cli**	**clo**	**clu**	**clé**	**clè**	**clê**
	cờ-la							
29	**Fla**	**fle**	**fli**	**flo**	**flu**	**flé**	**flè**	**flê**
	phờ-la							
30	**Gla**	**gle**	**gli**	**glo**	**glu**	**glé**	**glè**	**glê**
	gờ-la							
31	**Pla**	**ple**	**pli**	**plo**	**plu**	**plé**	**plè**	**plê**
	pờ-la							
32	**Bra**	**bre**	**bri**	**bro**	**bru**	**bré**	**brè**	**brê**
	bờ-ra							
33	**Cra**	**cre**	**cri**	**cro**	**cru**	**cré**	**crè**	**crê**
	cờ-ra							

Nhời dặn : Đây chỉ ghi quốc-ngữ những vần đầu, còn những vần nối theo thì cứ thứ tự mà suy ra.

34. **Dra dre dri dro dru dré drè drê.**
đờ-ra đờ-rơ đờ-ri đờ-rô đờ-ruy đờ-rê đờ-re đờ-rê

35. **Fra fre fri fro fru fré frè frê.**
phờ-ra

36. **Gra gre gri gro gru gré grè grê.**
gờ-ra

37. **Pra pre pri pro pru pré prè prê.**
pờ-ra

38. **Tra tre tri tro tru tré trè trê.**
tờ-ra

39. **Vra vre vri vro vru vré vrè vrê.**
vờ-ra

ARTICULATION tiếng gió		
b	bl	
c	ch	chl
d	dl	
f ph	fl	phl
g	gl	
h	pl	
j ge	br	
k	cr	chr
l	dr	
m	fr	phr
n	gr	
p	pr	
qu	tr	
r	vr	
s ç	sb	
t th	sc	
v	sp	
x	sph	
ch	st	
ill	str	
gn	ps	
gu		

SONS — TIẾNG ÂM

40	ab	ac	ad	af	al	am	an	ap	ar	as	at	ax.
	ab	ăc	at	ap	an	ăm	an	ăp	a-r	at	at	ac
41	eb	ec	ed	ef	el	em	en	ep	er	es	et	ex.
	êb	ec	êt	ep	en	ăm	en	êp	e-r	et	et	ex
42	ib	ic	id	if	il	im	in	ip	ir	is	it	ix.
	ib	ích	it	ip	in	em	anh	ip	ia	it	it	ix
43	ob	oc	od	of	ol	om	on	op	or	os	ot	ox
	ôb	ôc	ôt	ôp	ôn	om	on	ôp	o-r	ôt	ôt	ôx
44	ub	uc	ud	uf	ul	um	un	up	ur	us	ut	ux
	uyb	uyc	uyt	uyp	uyl	uym	uyn	uyp	uy-r	uys	uyt	uyx

Nhời dặn: 1o Những tiếng âm này thường ở đầu hay là ở dữa tiếng cho nên tiếng đọc không giống những tiếng ơ trang 23.

Nhời dặn : 2e Trước hết phải học thuộc lòng những tiếng âm, rồi ghép tiếng gió vào đọc lên thành vần.

Thí dụ : Bab bac bad baf bal . . . .
Cab cac cad caf cal . . . .

ARTICULATION Tiếng gió		
b	bl	
c	cl	chl
d	dl	
f ph	fl	phl
g	gl	
h	pl	
j ge	br	
k	cr	chr
l	dr	
m	fr	phr
n	gr	
p	pr	
qu	tr	
r	vr	
s ç	sb	
t th	sc	
v	sp	
x	sph	
ch	st	
ill	str	
gn	ps	
gu		

SONS. -- TIẾNG ÂM		
45	**A** :	a à â ar as.
46	**E** : ơ	e eu eux eue œu œux.
47	**É** : ê	é et er ez es ai
48	**È** : e	è ê èt ès ai aî est ais ait aît.
49	**I** :	i î y ie.
50	**O** : ô	o ò au aux eau eaux
51	**U** : uy	u ù ù.

Nhời dặn : 1o Những tiếng âm này thường đứng một mình hay là ở cuối tiếng cho nên tiếng đọc có khác những tiếng ở trang 22.

Nhời dặn : 2o Cách học theo như nhời dặn ở trang 22.

ARTICULATION Tiếng gió			SONS. -- TIẾNG ÂM
b	bl		52 **An :** an am en em.
c	cl	chl	ăng
d	dl		53 **In :** in im ain aim ein.
f ph	fl	phl	anh
g	gl		54 **On :** on om.
h	pl		ông
j ge	br		55 **Un :** un um eun.
k	cr	chr	oong
l	dr		56 **Ou :** ou où oû.
m	fr	phr	u
n	gr		57 **Oi :** oi oî.
p	pr		oa
qu	tr		58 **Ié :** ié ier iez iai iet.
r	vr		i-ê
s ç	sb		59 **Iè :** iè iais iait.
t th	sc		i-e
v	sp		60 **Ian:** ian ien.
x	sph		i-ang
ch	st		
ill	str		
gn	ps		*Nhời dặn* : 1o, 2o xem trang 23.
gu			

ARTICULATION Tiếng gió	SONS — TIẾNG ÂM
b bl c cl chl d dl f ph fl phl g gl h pl j ge br k cr chr l dr m fr phr n gr p pr qu tr r vr s ç sb t th sc v sp x sph ch st ill str gn ps gu	**61** **ia** — **io** (i-ô) — **iu** (i-uy) **iau** (i-ô) — **ieu** (i-ơ) — **iou** (i-u) **62** **oa** — **oui** (u-uy) — **oua** (u-a) **ouan** (u-ăng) — **oin** (oang) — **ouin** (u-anh) **63** **ua** (u-a) — **ui** (uy) — **uai** (uy-e) — **uin** (u-anh) **64** **eil** (ây) — **ail** (ay) — **air** (e-r) — **oir** (oa-r) **65** **auf** (ôp) — **euf** (ơp) — **œuf** (ơp) — **oif** (oap) **66** **oil** (oan) — **eul** (ơn) — **œil** (ơi) — **euil** (ơi) **67** **our** (ua-r) — **eur** (ơ-r) — **œur** (ơ-r) *Nhời dặn.* -- Cách học xem trang 22.

REMARQUES SUR LES PRONONCIATIONS
(Điều phải nhận biết về cách đọc)

I. — Chữ **à, â, î, ô, ù, û** có dấu cũng đọc như **a, i, o, u** không dấu.

Thí-dụ : *à* (nghĩa là *ở*) đọc như *a* (nghĩa là có)
pâte (bột ướt) — *pate*
gîte (hang thỏ) — *gite*
côte (xương sườn) — *cote*
où (ở đâu) — *ou* (hay là)
flûte (cái sáo) — *flute*

II. — Chữ **ë, ï, ü** tréma (có dấu hai chấm) thì không được đọc liền với chữ âm khác.

Thí-dụ : *Contiguë* (liền nhau) đọc như *Contigu-e*
Naïf (thật thà quá) — *Na-if*
Ambigüe (nói lửng) — *Ambigu-e*

III. — Chữ **ch** thường đọc như **s** nhưng tiếng dọc cứng hơn.

Thí-dụ : *Charrette* (xe tải)
Cher (đắt)

Chữ **ch** một đôi khi đọc như chữ **k**.

Thí-dụ : *É-cho* (tiếng vang) đọc như *É-ko*.
Or-ches-tre (phòng nhạc) — *Or-kes-tre*.

IV. — Chữ **h** muet, thì không phải đọc ra tiếng.

Thí-dụ : *l'homme* (người lền ông) đọc như *l'omme*.
dix heu-res (mười giờ) — *dix eu-res*.

Chữ **h** aspiré thì phải đọc như chữ **h** quốc-ngữ.

Thí-dụ : *Le hameau* (sóm).
La haîne (sự ghen ghét).

V. — Chữ **s** khi ở đầu tiếng hay là ở giữa, một bên chữ âm, một bên chữ không âm thì đọc như thường.

Thí-dụ : *Sage* (ngoan).
Mensonge (sự nói rối).

Chữ **s** khi nào ở giữa, có chữ âm đứng hai bên thì đọc như chữ **z**.

Thí-dụ : *Voisin* (láng-diềng) đọc như *voi-zin*.
Maison (cái nhà) — *mai-zon*.

VI. — Vần **ti** một đôi khi dọc như **ci**.

Thí-dụ : *Exposition* (cuộc đấu sảo). đọc như *ex po si ci on*
Patience (sự chịu khó). — *pa ci en ce*
Partiel (từng phần). — *par ci el*

VII. — Chữ **x** một đôi khi đọc như chữ **z**.

Thí-dụ : *Dixième* (thứ mười) đọc như *di-zi-è-me*.

VIII. — Chữ **y** một đôi khi đọc như hai chữ **i-i**.

Thí-dụ : *Citoyen* (người thành-thị) đọc như *ci-toi-ien*.
Paysan (người nhà quê) — *pai-i-san*.

IX — Vần **ill** khi thì đọc như **il-l**.

Thí-dụ : *Mille* (nghìn) đọc như *mil-le*.
Village (làng — *vil-lage*.

Khi thì đọc như **i-e**.

Thí-dụ : *Fille* (con gái) đọc như *fi-ie*.
Paillasse (nệm rơm) *pai-iasse*.

X. — Những chữ **c d ds e gt nt s t ts x** viết ở cuối tiếng nhiều khi không đọc đến.

Thí-dụ :			
	Tabac (thuốc lá)	đọc như	*taba*
	Rond (tròn)	—	*ron*
	Poids (quả cân)	—	*poi*
	Joue (má)	—	*jou*
	Doigt (ngón tay)	—	*doi*
	Ils croient (chúng nó tưởng	—	*il croi*
	Mot (tiếng)	—	*mo*
	Puits (giếng)	—	*pui*
	Prix (giá tiền)	—	*pri*

XI. — (') apostrophe là thứ dấu nhỏ viết thay vì chữ **a** hay là chữ **e** ở tiếng **la, le, de, que** vân vân ..... đứng trước những tiếng có chữ **voyelle** hay là **h** muet ở đầu.

Thí-dụ : *l'âme* (linh hồn) thay vì *la âme*.
l'histoire d'Annam (sử ký nước Nam) thay vì *la histoire de Annam*.
qu'avez-vous fait ? (anh đã làm gì?) — *que avez-vous fait ?*

XII. — **Các dấu chấm câu.** — Các dấu và phép chấm câu chữ tây cũng như chữ quốc-ngữ, vậy nên cứ theo như những câu thí-dụ ở quyển Abécédaire Annamite.

APPLICATION

27	le blâme	nhời quở
	la table	cái bàn
	la bibliothèque	tủ sách
	le blé	lúa mì
	le problème	phép tính đố
28	la déclaration	nhời cung khai
	un siècle	một thế kỷ (100 năm)
	le climat	địa khí
	la clôture	bức vách
	une enclume	một cái đe
	la clé (clef)	chìa khóa
	la clémence	lòng nhân từ
29	le flacon	chai con
	le flegme	tính hàn (máu lạnh)
	le flibustier	kẻ trộm
	un flocon	một đám tuyết (kền tơ)
	le flot	cơn sóng
	la flûte	cái sáo (ống tiêu)
	une flèche	một mũi tên
30	la glace	nước đá, mặt gương

Bài ghép tiếng

	l'angle	góc
	l'église	nhà thờ
	le globe	quả địa cầu
	la glu	nhựa
31	le plateau	cái mâm, khay
	le temple	miếu thờ
	le pli	cái thư, nếp gập
	le diplôme	văn bằng
	le plumeau	chổi lông
32	le bracelet	vòng tay
	la bretelle	giây treo quần
	le brevet	bằng cấp
	un brigand	một tên cướp
	l'abri	chỗ ẩn trú
	la bride	dây cương
	le brocanteur	kẻ buôn đồ cũ
	la brutalité	sự cục cằn
33	la cravache	roi ngựa
	la cravate	khăn buộc cổ
	l'encre	mực

	le cri	tiếng kêu
	le croquis	tranh vẽ phác
	la cruche	cái hũ
	la cretonne	vải gai
34.	le drap	giạ (nỉ)
	un édredon	một cái chăn chiên
	l'hippodrome	trường đua ngựa
	le vélodrome	trường đua xe
	le dressoir	tủ đĩa bát
	la perdrix	chim đa đa
35.	la fraternité	tình anh em
	la fragilité	sự giòn
	les fragments	những miếng vụn
	le coffre-fort	tủ sắt
	la frivolité	sự nhẹ dạ
	la friture	sự rán
	le fromage	bánh sữa
	la frugalité	sự tiết kiệm
	le frémissement	sự giật mình
36.	la gratitude	sự nhớ ơn
	le gredin	kẻ hèn
	le grelot	nhạc (lục lặc)
	l'agrément	sự vui tính
	le grillon	con dế
	le grugeur	kẻ hay ăn tiền
	la grève	sự đình công
37.	le praticien	kẻ thạo nghề
	la praline	mứt hạnh nhân
	l'entrepreneur	người thầu khoán
	le preneur	kẻ nhận mua
	la prière	nhời cầu nguyện
	la prime	tiền thưởng
	la prison	nhà tù
	un prisonnier	một tên tù
	le prix	giá tiền, phần thưởng
	la probité	lòng ngay thật
	le pré	bãi cỏ
	le prélude	bài hát giạo
38.	le travail	việc làm
	le triage	việc chọn, lựa ra từng thứ
	le trottoir	vỉa đường
	le trépassé	kẻ đã qua đời
	le trésor	kho bạc
39.	un livre	một quyển sách
	une livre	một cân ta
	la vrille	cái khoan

40	absorber	hút (thấm)
	accompagner	đi đưa
	acclamer	kêu lên
	administrer	cai trị
	afficher	yết thị
	aller	đi
	amputer	chặt chân tay
	annoncer	cáo thị
	apporter	mang lại
	arriver	đến
	asseoir (s')	ngồi
	atteler	thắng cương ngựa
	taxer	đánh thuế
41	rectifier	sửa lại
	effacer	sóa đi
	quereller	cãi nhau
	embellir	làm ra đẹp
	entendre	nghe
	accepter	ưng nhận
	errer	lạc lối
	essayer	thử
	mettre	để
	examiner	xem sét
	excuser	tha thứ cho
	exporter	tải hàng đi (xuất cảng)
	exposer	trình bày.
42	êquilibrer	làm cho cân nhau
	dicter	đọc ám tả
	diffamer	nói sấu
	distiller	nấu rượu
	importer	tải hàng đến (nhập cảng)
	interdire	cấm
	tripler	thêm gấp ba
	partir	đi
	pisser	đái
	tisser	dệt
	quitter	bỏ (từ giã)
	fixer	ấn định
43	observer	xem sét, bẻ lỗi
	occuper	bận việc
	offrir	cho, biếu
	coller	dính hồ
	tomber	làm đổ
	sonner	gõ chuông

	opprimer	ức hiếp
	corriger	sửa lại
	accoster	ghé vào
	botteler	bó lại
	oxyder	làm cho gỉ
44.	subvenir	dúp đỡ
	succéder	nối quyền
	suffir	đủ
	cultiver	làm ruộng
	supporter	chịu lấy
	usurper	chiếm lấy
	fustiger	phạt trượng
	lutter	đánh vật, chống lại
	luxer	làm sai khớp
45.	achat	mua
	là	đó
	âme	linh hồn
	car	bởi vì
	amas	đống to
46.	neveu	cháu họ
	deux	hai
	lieue	dặm đường 4 km.
	œuvre	công nghiệp
	vœux	nhời khấn cầu
47.	été	mùa hạ
	objet	đồ vặt
	rocher	hòn đá to
	rez-de-chaussée	tầng dưới nhà
	les ciseaux	cái kéo
	aiguille	cái kim
48.	cèdre	cây nam hương
	crême	váng sữa
	forêt	rừng
	décès	sự chết
	délai	ngày hẹn
	faîtage	nóc nhà
	est-il venu ?	nó đã đến chưa?
	jamais	không bao giờ
	lait	sữa
	il me connaît	nó quen tôi
49.	inattention	sự vô ý
	dîner	bữa cơm trưa
	dynamite	địa lôi, pháo phá núi
	dynastie	dòng nhà vua

50.	écho	tiếng vang		daim	hươu đực
	aumône	việc bố thí		éteindre	tắt đi
	autel	bàn thờ		frein	máy hãm
	deux chevaux	hai con ngựa	54.	ongle	móng tay
	l'eau	nước		baton	cái gậy
	les bateaux	những cái tầu		ombre	bóng mát
51.	union	sự hòa hợp		ombrelle	cái dù
	mûrier	cây dâu		tombeau	mồ mả
52.	annales	sử ký	55.	alun	phèn chua
	un an	một năm		chacun	mỗi một
	anniversaire	ngày giỗ		parfum	mùi thơm
	ambition	sự hám lợi		à jeun	lòng không
	encaisser	thu tiền	56.	ou	hay là
	enfant	trẻ con		coucou	chim gáy
	entendre	nghe		chou	cải bắp
	enfermer	rốt vào		où	ở đâu ?
	employé	người dúp việc		goûter	nếm
	emmener	đem đi	57.	quoi	cái gì
53.	incendie	đám cháy		la loi	luật phép
	intention	ý riêng		boîte	cái hộp
	impoli	vô phép	58.	pitié	lòng thương
	impossible	không thể được		propriétaire	chủ nhà
	ainsi	như vậy		atelier	sưởng thợ
	vilain	xấu xa		fermier	chủ trại

priez pour lui	cầu cho nó
la liaison	chỗ nối, sự làm quen
inquiet	lo lắng
59. le piège	cái bẫy
tu criais	mày kêu
il priait	nó xin
60. le triangle	ba cạnh
le lien	sợi lạt
61. le viaduc	cống, cầu xây
violent	hung tợn
la reliure	nghề khâu sách
miauler	tiếng mèo kêu
au milieu	ở dữa
le camion	xe tải đồ
62. le boa	con trăn
nous jouirons	chúng ta được hưởng
le louage	sự thuê mượn
la louange	sự khen
le foin	cỏ khô
le marsouin	người xấu xí
63. la suavité	sự ngọt ngào
l'étui	cái bao
le cuir	da
le suaire	đồ khâm liệm
guindé	hay kiêu ngạo
64. le réveil	thức dậy
l'éventail	cái quạt
le travail	việc làm
le bail	tờ cho thuê
clair	sáng
pair	số chẵn
impair	số lẻ
noir	đen
65. sauf	trừ ra
chauffer	đun cho nóng
neuf sous	chín su
un habit neuf	một cái áo mới
un œuf	một cái trứng
le bœuf	con bò
la soif	khát
66. le poil	lông
seul	một mình
un œil	một con mắt
deux yeux	hai con mắt
l'écureuil	con sóc
67. la tour	cái tháp, cột cờ
tour de service	phiên làm việc
tour du monde	vòng quanh thế giới
le bonheur	sự may mắn
les mœurs	những phong-tục

MOTS USUELS (những tiếng cần dùng)

A	**L'UNIVERS**	trong giời đất
	le ciel	giời
	la terre	đất
	le soleil	mặt giời
	la lune	mặt giăng
	les étoiles	những ngôi sao
	les nuages	mây
	la neige	tuyết
	le brouillard	sương mù
	la pluie	mưa
	le vent	gió
	l'orage	cơn giông
	la tempête	cơn bão
	le typhon	bão to
	l'éclair	chớp
	le tonnerre	sấm
	la foudre	sét
	l'arc-en-ciel	cầu vồng
	la chaleur	khí nóng
	le froid	rét
B	**LE TEMPS**	thì giờ
	une seconde	một giây
	une minute	một phút
	l'heure	giờ
	le matin	buổi sáng
	la matinée	— —

le midi	buổi chưa
le soir	buổi chiều
la soirée	— —
la nuit	ban đêm
le minuit	nửa đêm
le jour	ngày
la journée	—
la semaine	tuần lễ
lundi	thứ hai
mardi	thứ ba
mercredi	thứ tư
jeudi	thứ năm
vendredi	thứ sáu
samedi	thứ bẩy
dimanche	chủ nhật
les mois	những tháng
janvier	tháng giêng
février	tháng hai
mars	tháng ba
avril	tháng tư
mai	tháng năm
juin	tháng sáu
juillet	tháng bẩy
août	tháng tám
septembre	tháng chín

octobre	tháng mười
novembre	tháng một
décembre	tháng chạp
les quatre saisons	bốn mùa
le printemps	mùa xuân
l'été	mùa hạ
l'automne	mùa thu
l'hiver	mùa đông
l'an	năm
l'année	năm
un instant	một nhát
un moment	một chốc
un délai	một thời hạn
un époque	một thủa
un siècle	một thế kỷ
tout à l'heure	chốc nữa
maintenant	bây giờ
aujourd'hui	hôm nay
hier	hôm qua
avant hier	hôm kia
autrefois	khi trước
jadis	khi xưa
demain	ngày mai
après demain	ngày kia
le lendemain	ngày hôm sau
le surlendemain	ngày hôm nữa
le semaine passée	tuần đã qua
le mois courant	tháng này
l'automne prochain	mùa thu sau
l'an dernier	năm ngoái

C LA GÉOGRAPHIE — địa dư

quatre points cardinaux	bốn phương
l'est	phương đông
le levant	— —
l'ouest	— tây
le couchant	— —
le sud	— nam
le midi	— —
le nord	— bắc
le septentrion	— —
le bois	rừng nhỏ
la forêt	rừng nhớn
la montagne	núi
le monticule	đồi
la colline	gò
la bute	mô đất
le mamelon	đồi nhỏ
le coteau	sườn đồi
la vallée	thung lũng
la plaine	đồng bằng
la haute région	thượng du
le delta	chung châu

le désert	bãi sa mạc
le volcan	núi lửa
le fleuve	sông cái
la rivière	sông con
le canal	sông đào
le ruisseau	suối
la source	mạch nước
l'embouchure	cửa sông
la rive	bờ sông
le lac	hồ
l'étang	đầm
la mare	ao
la mer	bề
l'océan	bề
le golfe	vũng bề
le port	cửa bề
la rade	bến tầu
le détroit	lạch bề
le cap	eo bề
l'île	cù lao
l'archipel	dẫy cù lao
la vague	cơn sóng
la trombe	cây nước
le monde	thế-gian
cinq parties du monde	năm châu lớn
l'Europe	châu Âu

l'Asie	châu Á
l'Amérique	châu Mỹ
l'Afrique	châu Phi
l'Océanie	châu Úc
l'empire	đế quốc
le royaume	vương quốc
la république	dân quốc
la colonie	sứ thuộc-địa
le pays	sứ
la ville	thành-phố
la province	tỉnh
le territoire	địa hạt
la préfecture	phủ
la sous-préfecture	huyện
l'arrondissement	phận hạt
le canton	tổng
la commune	xã
le village	làng
le hameau	sóm
la maison communale	đình
la pagode	chùa
le pagodon	miếu
le boudha	phật
le bonze	sư nam
la bonzesse	sư nữ
la novice	chú tiểu

la cathédrale	đền thờ cả
l'église	nhà thờ
le temple	miếu thờ
le monseigneur	đức cha
l'évêque	chức giám mục
le missionnaire apostholique	ông cố đạo
le cathéchiste	thầy kẻ giảng
le frère religieux	thầy dòng
la sœur religieuse	bà phước (bà sờ)
la carmélite	bà mụ kín
le carmel	nhà mu kín
D LA FAMILLE	gia tộc
les ancêtres	tổ tiên
les aïeux	ông bà
le grand-père	ông
la grand'mère	bà
le père	cha
la mère	mẹ
le fils	con giai
la fille	con gái
le petit fils	cháu giai
la petite fille	cháu gái
l'arrière petit fils	chắt giai
l'arrière petite fille	chắt gái
les parents	cha mẹ, thân thích
le beau père	cha vợ
la belle mère	mẹ vợ
l'oncle	chú, bác, cậu
la tante	cô, gì, mợ
le gendre	con rể
le beau-fils	—
la bru	con dâu
le belle fille	—
le frère	anh
la sœur	chị
le beau frère	anh rể
la belle sœur	chị dâu
l'aîné	con trưởng
le cadet	con thứ
le petit frère	em giai
la petite sœur	em gái
le neveu	cháu giai họ
la nièce	cháu gái họ
le cousin	anh em họ
la cousine	chị em họ
le parrain	cha đỡ đầu
la marâtre	mẹ ghẻ
le fils adoptif	con giai nuôi
la fille adoptive	con gái nuôi
le mari	người chồng
l'époux	—
la femme	người vợ
l'épouse	—
les voisins	láng riềng

E **LE CORPS HUMAIN** thân thể loài người

la tête	đầu
la crâne	sọ
les cheveux	tóc
le visage	mặt
la figure	—
le front	trán
les yeux	mắt
les cils	lông mi
les sourcils	lông mày
les paupières	mi mắt
les tempes	thái dương
le nez	mũi
les oreilles	tai
la joue	má
la bouche	mồm
les lèvres	môi
les dents	răng
la gencive	lợi
la mâchoire	hàm
la barbe	râu
la moustache	râu mép
le menton	cầm
la nuque	gáy
le çou	cổ
le tronc	thân người
la poitrine	ngực
le thorax	—
le dos	lưng
la mamelle	vú
le sein	—
les côtes	sườn
la foie	lá gan
le cœur	tim
le poumon	phổi
le yentre	bụng
l'abdomen	—
l'estomac	giạ giầy
les intestins	ruột
la matrice	tử cung (lòng mẹ
la vessie	bong bóng
la peau	da
la chair	thịt
les os	xương
le muscle	bắp thịt
le nerf	gân
le poil	lông
le pore	chân lông
le sang	mầu (huyết)
la salive	nước bọt
la sueur	mồ hôi

le crachat	đờm
l'urine	nước tiểu
les membres	chân tay
les épaules	vai
l'aisselle	nách
le bras	cánh tay trên
le coude	khỉu tay
l'avant-bras	cánh tay dưới
le poignet	cổ tay
la main	bàn tay
la paume	gan bàn tay
les doigts	ngón tay
le pouce	ngón tay cái
l'index	ngón tay trỏ
le médius	ngón giữa
l'annulaire	ngón vô danh
l'auriculaire	ngón út
les phalanges	đốt ngón tay
les ongles	móng tay
la hanche	háng
les fesses	mông đít
la cuisse	đùi
le genou	đầu gối
le jarret	khỉu chân
le mollet	bắp chân
la jambe	ống chân
le cou-de-pied	cổ chân
le pied	bàn chân
la plante du pied	gan bàn chân
la cheville	mắt cá
le talon	gót chân
les orteils	ngón chân

F LES VÊTEMENTS đồ mặc

l'habit	quần áo
la robe	áo giài
le paletot	áo ngoài
le veston	áo ngắn
la redingote	áo chào
le gilet	áo cộc tay
la chemise	áo lót mình
le tricot	áo nịt
le pardessus	áo ngoài cùng
le manteau	áo tơi
le pantalon	quần
la culotte	quần ngắn
le caleçon	quần mặc trong
les chaussures	giầy dép
les bottes	giầy ủng
les bottines	giầy có cổ
les souliers	giầy không cổ

les pantoufles	giầy đi trong nhà
les guêtres	ghệt (ủng đeo chân)
les sandales	dép
les sabots	guốc
les brodequins	giầy đi mưa
les bas	bít tất giài
les chaussettes	bít tất
les coiffures	mũ đội đầu
le chapeau	mũ, nón
la casque	mũ có cốt
la casquette	mũ có lưỡi chai
le feutre	mũ giạ
le képi	mũ lưỡi chai
le bonnet	mũ không vành
le béret	mũ nồi
le turban	khăn (chít đầu)
le foulard	khăn quấn cổ
le cache-col	khăn che cổ
les gants	bao tay
la ceinture	giây lưng
la bretelle	giây đeo quần
les jarretières	nịt (đeo bít tất)
le mouchoir	khăn mũi
le bouton	khuy
le faux-col	cái cổ cồn

les manchettes	cổ tay áo
la cravate	giải đeo cổ
les lacets	giây buộc giầy
le chausse-pied	cái sỏ giầy
la brosse	bàn chải
le parapluie	cái ô (dù)
— les tissus	đồ dệt
la toile	vải to
le calicot	vải chúc bân
les étoffes	các thứ vải
la soie	tơ lụa
le satin	vóc, đoạn, láng
le crépon	nhiễu
le brocart	gấm, vóc hoa
la gaze	the, lượt
le velours	nhung
la laine	nỉ, giạ
le drap	giạ
la toile vernie	vải sơn
la toile caoutchoutée	vải cao su
la toile kaki	vải vàng
la toile grise	vải mùi gio
— du cuir	gia
cuir vernis	gia láng
cuir chevreau	giạ dê

G LA NOURRITURE — thứ đồ ăn

le repas	bữa ăn
le déjeuner	bữa ăn sáng
le dîner	bữa chưa
le goûter	bữa ăn lót giạ
le souper	bữa ăn tối
le festin	bữa tiệc
les aliments	đồ ăn
les mets	các món ăn
le rôti	thịt quay
le bifteck	thịt nướng, rán
le ragoût	thịt nấu
le civet	thỏ nấu rượu
l'omelette	trứng tráng
la soupe	cháo
le potage	nước ninh
le bouillon	canh
le riz cuit	cơm
le pain	bánh mì
le beurre	mỡ sữa
le lait	sữa
le sucre	đường
le chocolat	bánh cacao
la saucisse	lạp sường
le saucisson	dồi

— les épices	đồ gia vị
le poivre	hạt tiêu
le sel	muối
le piment	ớt
le vinaigre	dấm
l'huile	dầu
la moutarde	cao hạt cải
la saumure	nước mắm
— le dessert	đồ ăn cháng miệng
le fromage	bánh sữa
le gâteau	bánh ngọt
le biscuit	bánh bích-qui
le bonbon	kẹo
la confiture	mứt
la crême	váng sữa
— les boissons	đồ uống
le vin	rượu nho
la bière	rượu bọt
la champagne	rượu săm-banh
les liqueurs	rượu mùi
le vin tonique	rượu bổ
l'alcool	rượu
la limonade	nước chanh
l'eau-de-vie	rượu mạnh
l'eau filtrée	nước lọc

la glace	nước đá
le thé	nước chè
le café	nước cà-phê
— le tabac	thuốc lá, thuốc lào
le cigare	thuốc lá quấn
la cigarette	thuốc lá quấn giấy
l'opium	thuốc phiện (nha phiến)
la pipe	điếu hút thuốc
le porte cigarette	bót thuốc lá
l'étui à cigarettes	bao thuốc lá
— la vaisselle	đồ bát đĩa
l'assiette	dĩa thường
le plat	đĩa nhớn
la soucoupe	dĩa con
la soupière	liễn súp
le bol	bát
le sucrier	liễn đựng đường
la verseuse	ấm chuyên
la théière	ấm chè
la tasse	chén
le plateau	khay, mâm
la salière	bình muối
la cuillère	thìa
la fourchette	rĩa
les baguettes	đũa
le verre	cốc
la bouteille	chai
la carafe	bình đựng nước
— ustensiles de cusine	đồ dùng nhà bếp
la casserole	cái soong
la marmite	cái nồi
la couvercle	cái vung
la cocote	nồi gang
la poêle	cái chảo
le poêle	lò lửa
la louche	cái môi
l'écumoire	môi thưa để vớt mỡ
la rôtissoire	lò quay
le gril	sắt nướng thịt
la poissonnière	nồi nấu cá
le pressoir de ménage	cái ép thịt
la bassine	cái sanh to
la rape	cái bàn sát
l'entonnoire	cái phễu
le couteau	giao
le couperet	giao phay
le hachoir	cái thớt
le bocal pour épices	lọ đựng đồ gia vị
le mortier	cái cối
le pilon	cái chầy

le tire bouchon	cái tháo nút chai
le seau	cái thùng sách nước
le moulin	cối say
le moule	cái khuôn bánh
le fourneau	cái hỏa lò
la bouilloire	ấm đun nước
la sorbetière	thùng làm kem
le filtre	cái lọc nước
H LA MAISON	nhà ở
la maisonnette	nhà nhỏ
la cabane	cái lều
la paillotte	nhà lá
la chaumière	nhà gianh
la maison en briques	nhà gạch
l'étage	tầng gác
le rez-de-chaussée	tầng dưới
la cave	dưới hầm
le salon	buồng khách
la salle à manger	buồng ăn
la chambre	buồng ngủ
le bureau	buồng làm việc
le cabinet	buồng giấy
le lavabo	buồng rửa mặt
la salle de bain	buồng tắm
la cuisine	nhà bếp
le watercloset	nhà xí —
le cabinet	nhà xí —
la véranda	hàng hiên
la cour	sân
le jardin	vườn
le puits	giếng
la citerne	bể chứa nước
le perron	thềm nhà
le seuil	bậc cửa
l'escalier	thang
la marche de l'escalier	bậc thang
la porte	cửa ra vào
la fenêtre	cửa kính, cửa sổ
la persienne	cửa chớp
le toit	mái nhà
le faîte	nóc nhà
le mur	tường
le soubassement	chân tường
la fondation	móng tường
la colonne	cột
la cheminée	lò sưởi
l'auvent	mái hiên
le balcon	bao lơn
la terrasse	sân gác
le parquet	sàn gác
le carrelage	mặt lát

la charpente	xương nhà
la poutre	giầm nhớn
la poutrelle	giầm nhỏ
la solive	sà
le plancher	ván gác
le chevron	cầu phong
la latte	rui
— les matériaux de construction	đồ vật liệu
la brique	gạch
la tuile	ngói
la chaux	vôi
le sable	cát
le ciment	vôi si-măng
la pierre	đá
le bambou	tre
le bois	gỗ
le fer	sắt
le carreau	gạch lát, mặt kính vuông
le verre	mặt kính
— la serrurerie	đồ then khóa
la crémone	then giọc
la targette	then ngang
le verrou	then khóa
la serrure	khóa ổ
le cadenas	khóa móc
la clé	chìa khóa
la charnière	bản lề lá
la paumelle	bản lề cối
le vis	đanh ốc
le piston	đanh khuy
les clous	đanh thường
les pointes	đanh con
le boulon	đanh bù loong
— les outils	những đồ làm
la scie	cưa
le ciseau	đục bằng
la gouge	đục móng
le rabot	bào khẩu
la varlope	bào thẩm
le bouvet	bào soi
le poinçon	dùi
la vrille	khoan nhỏ
le vilebrequin	khoan nhớn
la hâche	dìu
la pelle	sẻng
la pioche	quốc
le rateau	cào
le maillet	vồ
la dame	vồ đứng
la truelle	bay

la forge	cái bễ
l'enclume	— đe
le marteau	— búa
la tenaille	— kìm
la pince	— díp
les pincettes	— cặp than
l'éteau	— cặp bàn
la lime	— dũa
la cisaille	— kéo to
le tourne-vis	— vặn đinh ốc
la meule	đá mài
— l'ameublement	đồ bầy trong nhà
la table	cái bàn
le canapé	ghế trường
le guéridon	bàn soay
le fauteuil	ghế bành
le tabouret	ghế đẩu
la chaise	ghế tựa
l'étagère	cái tầng (bàn nhiều tầng)
le buffet	tủ cốc
la desserte	tủ đĩa bát
le bureau	bàn viết
l'armoire	tủ áo
la bibliothèque	tủ sách
la commode	tủ ngăn dút
le hamac	cái võng
le banc	cái yên
le lit de camp	ghế ngựa
la natte	chiếu
le bahut	tủ chè
le porte manteau	mắc áo
le paravent	bình phong
le lit en fer	dường sắt
le sommier	dát dường
le matelas	nệm
le traversin	gối dài
l'oreiller	gối vuông
la couverture	chăn
la moustiquaire	màn
le tapis	thảm giải bàn
le rideau	màn cửa
le store	mành mành
la glace	gương to
le miroir	gương nhỏ
la tenture	màn treo
le tableau	khung chanh
l'horloge	đồng hồ nhớn
la pendule	đồng hồ quả lắc
le réveille-matin	đồng hồ báo thức
la montre	đồng hồ quả quít

— l'éclairage	sự sáng
la lampe à l'huile	đèn dầu ta
la lampe à pétrole	đèn dầu hỏa
la lampe à acétylène	đèn dất
la lampe électrique	đèn điện
la lampe de suspension	đèn cheo
la lampe portative	đèn mang
la lanterne	đèn sách
la lampe d'applique	đèn vách
le candélabre	đèn nến nhiều ngọn
le réverbère	đèn cây ngoài phố
la bougie	nến
le bougeoir	đế cắm nến
le chandelier	cây cắm nến
la phostophore	cây đèn nến
la lanterne de voiture	đèn xe
la torche	bó đuốc
le flambeau	đèn, đóm lửa
la flamme	ngọn lửa
la flammèche	tàn lửa
— les véhicules	các thứ xe
le pousse	xe tay
la bicyclette	xe đạp
le tricycle	xe đạp 3 bánh
le motocyclette	xe đạp máy
l'automobile	xe ô tô
l'omnibus	xe hành khách
la voiture	xe ngựa
la charrette	xe tải đồ
la brouette	xe tải con, một bánh
le diable	xe tải phu tầu
le corbillard	xe đám ma
le tramway électrique	xe điện
la locomotive	máy xe hỏa
le wagon	toa xe hỏa
le chemin de fer	đường xe hỏa
le train	chuyến xe hỏa
le rail	đường sắt
I L'ÉCOLE	nhà trường
les cours	lớp học
la classe	lớp học
la cour de récréation	sân chơi
le tableau noir	bảng đen
la craie	phấn
l'encre	mực
l'encrier	lọ mực
la plume	ngòi bút
le porte plume	quản bút
le crayon	bút chì
la règle	thước kẻ

le papier	giấy
le buvard	giấy thấm
la couverture	bìa
le livre	sách
le cahier	vở
le cahier de dessin	tập vẽ
le cahier d'écriture	tập đồ
la gomme à effacer	tẩy
la serviette d'écolier	cặp đựng sách
la leçon	bài học
les devoirs	bài làm
les exercices	bài tập
la lecture	bài đọc
la récitation	đọc thuộc lòng
la dictée	bài viết ám tả
le calcul	bài tính
l'addition	tính cộng
la soustraction	tính trừ
la multiplication	tính nhân
la division	tính chia
le problème	tính đố
le thème	bài dịch
la version	bài dẳng
la rédaction	bài đặt
la composition	bài thi
les internes	học trò ở trong
les externes	học trò ở ngoài
les élèves	học trò
les écolières	học trò con gái
les écoliers	học trò con giai
le cours préparatoire	lớp ấu học
le cours élémentaire	lớp sơ-học
le cours moyen	lớp trung sơ học
le cours supérieur	lớp đại sơ học
le collège	trường trung đẳng
le lycée	trường — —
l'université	trường cao đẳng

J LES VÉGÉTAUX — loài thảo mộc

les céréales	các thứ lúa
le paddy	thóc
le riz	gạo tẻ
le riz gluant	gạo nếp
le maïs	lúa ngô
l'orge	lúa mạch
le sésame	vừng
l'arachide	lạc
le millet	kê
la tubercule	khoai củ
la patate	khoai lang
le taro	khoai sọ
le manioc	sắn

le blé	lúa mì
la farine	bột mì
la pomme de terre	khoai tây
— les fruits et les arbres fruitiers	các thứ quả và cây có quả
l'orange	quả cam
l'oranger	cây cam
la mandarine	quả quít
le mandarinier	cây quít
le citron	quả chanh
le citronnier	cây chanh
la poire	qnả lê
le poirier	cây lê
le jujube	quả táo
le jujubier	cây táo
la pomme	quả tân
le pommier	cây tân
la pêche	quả đào
le pêcher	cây đào
l'abricot	quả mơ
l'abricotier	cây mơ
la prune	quả mận
le prunier	cây mận
la cerise	quả anh đào
le cerisier	cây anh đào
le kaki	quả hồng, thị
la carambole	quả khế
le carambolier	cây khế
l'amande	quả hạnh đào
l'amandier	cây hạnh đào
la grenade	quả lựu
le grenadier	cây lựu
la figue	quả vả
le figuier	cây vả
la mangue	quả muỗn
le manguier	cây muỗn
la goyave	quả ổi
le goyavier	cây ổi
la papaye	quả đu đủ
le papayer	cây đu đủ
le mangoustan	quả bứa
le mangoustanier	cây bứa
la banane	quả chuối
le bananier	cây chuối
la mûre	quả dâu
le mûrier	cây dâu
la fraise	quả xa mai
le fraisier	cây xa mai
le coco	quả dừa
le cocotier	cây dừa
la pamplemousse	quả bưởi

la chataigne	hạt giẻ
le marron	quả bẳn lật (hạt giẻ to)
l'arec	quả cau
l'aréquier	cây cau
l'ananas	quả giứa
la pomme cannelle	quả na
le litchi	quả vải
le petit litchi	quả nhãn
le wampi	quả hồng bì
le cédrat	quả phật thủ
la plante	cây
l'arbrisseau	cây nhỏ
— les arbres	những cây nhớn
le pin	cây thông
le thuia	cây trắc
le margousier	cây xoan
le banian	cây đa
le badamier	cây bàng
le savonnier	cây bồ hòn
le chêne	cây sồi
— les fleurs	các thứ hoa
l'anthère	nhị hoa
le pétale	cánh hoa
le sépale	đài hoa
le pédoncule	cuống hoa
fleur de lis	hoa huệ
la tubéreuse	hoa lan
la rose	hoa hồng
le narcisse	hoa thủy tiên
la rose trémière	hoa mãn đình hồng
l'églantine	hoa tầm xuân
la marguerite	hoa cúc tây
l'œillet	hoa cẩm trướng
l'œillet d'Inde	hoa cúc vạn thọ
la camomille	cây cúc
le nénufar	cây sen
le nélombo	cây sen tịch thượng
le jasmin	cây nhài
l'ilang-ilang	cây mộc lan
l'amarante	cây mào gà
la balsamine	cây móng nước
— les plantes médicinales	các thứ cây làm thuốc
l'absinthe	cây ngải cứu
la menthe	cây bạc hà
le plantain	cây má đề
le gingembre	gừng
le cardamone	sa nhân
la réglisse	cam thảo
le clou de girofle	đinh hương
la cannelle	quế

— les légumes	rau đậu
le chou	cải bắp
le chou-rave	củ su-hào
le chou-fleur	cải hoa
la laitue	rau riếp
le persil	rau mùi
la betterave	củ cải đỏ
le radis	—
le navet	củ cải
la tomate	cà chua
le poireau	củ kiệu, tỏi tươi
l'oignon	củ hành
l'ail	củ tỏi
un gousse d'ail	một nhánh tỏi
la carotte	củ cải nghệ
le petit pois	đậu
l'asperge	rau măng tây
le cresson	rau cần tây
la moutarde	rau cải
le liseron	rau muống
le céleri	rau cần
la persicaire	rau răm
le concombre	dưa chuột
la citrouille	bầu
l'aubergine	cà
la courge	bí

K les animaux domestiques	giống súc vật
le chien	con chó
la chienne	chó cái
le caniche	chó hương (nuôi làm cảnh)
le chat	mèo
la chatte	mèo cái
le porc	lợn
la truie	lợn cái
le bouc	dê đực
la chèvre	dê cái
le chevreau	dê con
le mouton	con chiên
la brebis	chiên cái
l'agneau	chiên con
le buffle	con trâu
le buffleton	con trâu con
le bœuf	con bò
le taureau	con bò đực
la vache	con bò cái
le veau	con bò con
la génisse	con bò mộng
le cheval	con ngựa
la jument	ngựa cái
le poulain	ngựa con
l'âne	con lừa
l'ânnesse	con lừa cái

le mulet	con la
la mule	la cái
le lapin	con thỏ
— les animaux sauvages	những vật rừng
le singe	con khỉ
le gibbon	con vượn
l'orang-outang	con đười-ươi
le loup	con chó sói
la louve	chó sói cái
le hérisson, porc-épic	con rím
le renard	con cáo
l'ours	con gấu
le sanglier	con lợn rừng
l'hyène	con chó rừng
l'antilope	con sơn dương
la gazelle	con hoẵng
le cœrf	con nai
la biche	con nai cái
le léopard	con báo
la panthère	con gấm
le tigre	con hổ
la tigresse	con hổ cái
le lion	con sư-tử
la lionne	sư-tử cái
le lionceau	sư-tử con
le zèbre	ngựa vằn
le girafe	hươu cao cổ
le chameau	con lạc đà
le rhinocéros	con tê giác
l'éléphant	con voi
— les rongeurs	loài vật nhấm
l'écureuil	con sóc
le rat	con chuột
la souris	chuột nhắt
la chauve-souris	con giơi
le lièvre	con thỏ
la civette	con cầy hương
— les oiseaux	các loài chim
les volailles	gà vịt
le pigeon	chim bồ câu
la colombe	bồ câu cái
la pintade	gà nhật-bản
le coq	gà sống
la poule	gà mái
le poulet	gà giò
chapon	gà thiến
le coq de combat	gà chọi
le canard	vịt
la cane	vịt cái
l'oie	ngỗng

le jars	ngỗng đực
le dindon	gà công
la dinde	gà công mái
le dindonneau	gà công con
le cygne	ngỗng giời
le paon	con công
— les oiseaux sauvages	chim rừng
le moineau	chim sẻ
la mésange	chim bạc má
la perdrix	chim đa đa
la bécassine	chim giẽ
le bécasseau	chim choi choi
la caille	chim chích chòe
le merle	chim sáo
le merle mandarin	chim khướu
le verdier	chim hoàng thước
le rossignol	chim họa mi
le perroquet	chim vẹt
le martin pêcheur	chim cánh chả
le loriot	chim vàng anh
la pie	chim khách
l'hirondelle	chim nhạn
le corbeau	con quạ
l'épervier	chim cắt
le milan	con dều hâu
l'aigrette	cò trắng
la grue	con sếu
le faisan	con chĩ
la cigogne	con cò
la chouette	con vọ
le hibou	con cú
le faucon	chim ưng
le chat-huant	chim mèo
le vautour	chim kền
l'autruche	con mã điểu
l'aigle	chim đại bằng
le phénix	chim phượng
— les reptiles	loài vất bò
la couleuvre	rắn nước
la vipère	rắn độc
le naja	rắn mang hoa
le boa	con trăn
le dragon	con rồng
le margouillat	con mối
le lézard	con thằn lằn
le crocodile	con kì đà
la loutre	con rái cá
la tortue	con rùa rùa
la tortue d'eau	con ba ba
la rainette	con nhái
la grenouille	con ếch
le crapaud	con cóc

— les poissons	các thứ cá
la tanche	cá rô
la carpe	— chép
le hareng	— quả
l'anguille	con lươn
l'alose	cá cháy
le thon	— thu
le brochet	— măng
la sardine	— lầm
la perche	— vược
l'hippocampe	— ngựa
la raie	— đuối
le requin	— mập
la baleine	— voi
— les mollusques	loài vật không xương
la crevette	tôm
l'écrevisse	tôm càng
le homard	tôm hùm
la crabe	cua
l'escargot	ốc
le limaçon	ốc nhồi
la moule	con chai
la poulpe	con sứa
l'huître	— hầu
le sangsue	— đỉa

— les insectes	loài sâu bọ
le papillon	bươm bướm
la demoiselle	chuồn chuồn
la sauterelle	châu chấu
la mante religieuse	bọ ngựa
l'abeille	con ong
la guêpe	ong bò vẽ
la mouche	con ruồi
la moustique	muỗi
la tique	bọ chó
la punaise	con rệp, bọ xít
le pou	con chấy, rận
la luciole	con đom đóm
l'araignée	con nhện
le canerclat	con gián
le grillon, cri-cri	con dế
la cigale	con ve sầu
— les vers	loài sâu bọ
le ver de terre	con giun
le ver de mer	rươi
le ver à soie	con tằm
le ver luisant	sâu đất
le ténia	con sán
la fourmi	— kiến
la fourmi blanche	mối đất

L les métaux et objets précieux — các kim khí và đồ quý

l'étain	thiếc
le zinc	kẽm giẻo
l'antimoine	kẽm giòn
le plomb	chì
la fonte	gang
le fer	sắt
le ferblanc	sắt tây
l'aluminium	sắt nhẹ
l'acier	thép
le cuivre	đồng
le laiton	thau
le bronze	đồng pha
le nickel	kền
le platine	bạch kim
l'argent	bạc
l'or	vàng
— la pierre précieuse	ngọc
le jade	ngọc thạch
l'albâtre	bạch ngọc
le saphir	thanh ngọc
l'onyx	bích ngọc
le rubis	hồng ngọc (gia quang)
l'aimant	đá năm châm
le diamant	kim cương
la perle	ngọc chai

M LES MALADIES — các bịnh

la fièvre	bịnh sốt rét
la fièvre intermittente	sốt cách nhật
la fièvre typhoïde	thương hàn
le frisson	chứng run
l'ophtalmie	— đau mắt
borgne	chột một mắt
louche	hiếng mắt
la constipation	bịnh táo
la dysenterie	— lị
la diarrhée	— đi rửa
la colique	đau bão
la toux	bịnh ho
l'asthme	— hen
la tuberculose	— lao
le choléra	— đi tả
l'épidémie, la peste	— dịch
le vomissement	— nôn
albinos	bạch tạng
ladartre	hắc lào
la bourbouille	rôm sẩy
la gale	ghẻ lở
le bouton	mụn, nhọt
le cancer	bịnh chĩ, cái ung
la paralysie	chứng bại thể
le béribéri	bịnh phù
la syncope	bịnh ngộ gió

la variole	chứng lên đậu
variolé	rỗ mặt, vết lên đậu
asphyxié	chết ngạt
blessé	bị thương
boîteux	què
la blessure	vết bị thương
la cicatrice	vết sẹo
l'aliénation	chứng điên
l'aliéné	người có chứng điên
l'aliéniste	thầy thuốc điên
la blennorragie	bịnh lậu
la syphilis	bịnh dương mai (tiêm la)
l'égratignure	chỗ sầy gia
la brûlure	chỗ phải bỏng
la coupure	nhát chém
la fracture	chỗ gẫy xương
la morsure	vết cắn
l'enflure	chỗ xưng
l'abcès	cái nhọt độc
la supuration	vỡ mủ
la douleur	đau
la souffrance	đau đớn
l'évanouissement	ngất đi
la convalescence	dưỡng sức
le décès	sự chết
la rechute	sự phải lại
l'indisposition	khó ở
le vertige	chóng mặt
la guérison	khỏi
— les médicaments	các vị thuốc
la sulfate de soude	thuốc tẩy
la teinture d'iode	thuốc bôi nhọt
la chloroforme	thuốc mê
le vermifuge	thuốc dun, sán
le poison	thuốc độc
l'antidote	thuốc giải độc
le contrepoison	— —
l'antipyrine	thuốc chữa nhức đầu
l'antirabique	thuốc chữa hóa dại
le vaccin	thuốc chủng đậu
l'essence de cajeput	dầu sơn diệp
l'alcool de menthe	rượu bạc hà
l'alcool camphré	rượu chổi, long não
l'ammoniaque	nước đái quỉ
le soufre	diêm vàng, lưu hoàng
le sulfure	sinh diêm
le mercure	thủy ngân
l'onguent	thuốc cao
l'onguent d'os tigre	cao hổ cốt
le pansement	việc buộc thuốc

N QUALITÉS ET DÉFAUTS — tính tốt và nết sấu

bon	tốt
mauvaïs	sấu
beau	đẹp đẽ
vilain	sấu sa
propre	sạch
sale, malpropre	bẩn
poli	có phép
impoli	vô phép
laborieux	hay làm
paresseux	lười
studieux	chăm học
fainéant	biếng nhác
savant	thông thái
ignorant	dốt nát
intelligent	tốt trí khôn
inintelligent	không có trí khôn
sage	ngoan
prudent	khôn ngoan
imprudent	dại dột
obéissant	nghe nhời
désobéissant	không nghe nhời
reconnaissant	biết ơn
ingrat	vô ơn
fidèle	trung nghĩa
infidèle	bất trung
bienveillant	nhân từ
méchant	độc dữ
honnête	tử tế
malhonnête	không tử tế
sympathique	hợp tính, ưa
antipathique	không hợp
courageux	can đảm
poltron	non gan
habile	khéo
inhabile	vụng
généreux	rộng lượng
égoïste	hẹp hòi, ích kỷ
patient	chịu khó
impatient	không chịu khó
conciliable	hòa thuận được
inconciliable	không hòa thuận
complaisant	hay chiều lòng
désobligeant	không chiều lòng
respectueux	kính trọng
insolent	sấc láo
brave	mạnh bạo
lâche	dút dát
heureux	sung sướng
malheureux	khốn khó
riche	giầu có
pauvre	nghèo khổ
aimable	đáng yêu
détestable	đáng ghét
docile	dễ bảo
indocile	khó bảo
honorable	đáng kính
déshonorant	làm ô danh
gai	vui
chagrin	buồn

excellent	tốt nhất
abominable	sấu nhất
vite	mau
lent	chậm
droit	ngay thẳng
courbe	cong queo
raisonnable	biết nhẽ phải trái
irraisonnable	không biết phải trái
sévère	nghiêm ngặt
indulgent	khoan dong
bénin	nhân từ
malin	quỉ quyệt
décisif	quyết định
indécis	không quyết định
exact	đúng hẹn
inexact	không đúng hẹn
régulier	theo lệ thường
irrégulier	thất thường
sobre	vừa phải (ăn uống)
intempérant	quá độ —
sec	khô
mouillé	ướt
honteux	thẹn thò
éhonté	trơ tráo
facile	dễ
difficile	khó
utile	có ích
inutile	vô ích
productif	sinh lợi được
improductif	không sinh lợi

la noblesse	sự sang trọng
la bassesse	sự hèn mạt
la probité	sự thật thà
le mensonge	sự dối trá
la félicitation	nhời ban khen
le blâme	nhời quở trách
la récompense	sự thưởng
la punition	sự phạt
les compliments	câu chúc tụng
les injures	câu chửi bới
les vœux	nhời cầu khẩn
les anathèmes	nhời nguyền rủa
l'expérience	đã từng trải
l'inexpérience	chưa từng trải
la rapidité	sự nhanh nhẹn
la lenteur	sự chậm chạp
la jeunesse	khi tuổi trẻ
la vieillesse	khi tuổi già
le lissage	sự nhẵn nhụi
la rugosité	sự gồ ghề
la tendresse	sự dịu dàng
l'horreur	sự gớm ghiếc
l'affection	sự thương mến
l'antipathie	sự sung khắc
l'amour	sự yêu dấu
la haine	sự ghét bỏ
la vertu	lòng nhân đức
le vice	nết sấu xa
l'économie	sự tiết kiệm
la prodigalité	sự xài phí

O les métiers	các nghệ nghiệp
les ouvriers	những người làm thợ
le cultivateur	người làm ruộng
le laboureur	thợ cầy
le semeur	thợ gieo hạt
le moissonneur	thợ gặt
le concessionnaire	chủ đồn điền, ng. đc. nhương quyền
le fermier	chủ trại
le planteur	người giồng cây
le jardinier	người làm vườn
labourer	cầy
herser	bừa
pêcher	đào
piocher	cuốc
semer	gieo hạt
repiquer	cấy
sarcler	làm cỏ
fumer	bón
moissonner	gặt
récolter	hái
— les instruments aratoires	đồ dùng làm ruộng
la charrue	cái cầy
la herse	cái bừa
la bêche	cái mai, thuổng
la houe	cái cuốc
la faux	cái liềm nhớn
la faucille	cái liềm nhỏ, hái
la serpette	giao quắm
le sécateur	kéo sén cây
l'arrosoir	bình tưới
— le charpentier	thợ mộc
le menuisier	thợ đóng đồ
l'incrusteur	thợ khẩm
le sculpteur	thợ chạm
le maçon	thợ nề
construire	sây, làm nên
enduire	chát vôi
badigeonner	quét vôi
percer	khoan thủng
raboter	bào
sculpter	chạm
incruster	khẩm, cẩn
la moulure	đường gờ
la rainure	đường soi
le tenon	mộng
la mortaise	ngoàm (lỗ đục để đóng mộng vào)
— le tailleur	thợ may
la couturière	thợ may lền bà
le brodeur	thợ thêu
le cordonnier	thợ giầy
le sellier	thợ yên ngựa
les ciseaux	kéo
l'aiguille	kim
le fil	chỉ
tracer	vạch
couper	cắt
coudre	khâu
ourler	viền
raccommoder	vá
repriser	mạng lại
broder	thêu

— le bijoutier	thợ kim-hoàn	la laque	sơn ta
l'horloger	— đồng hồ	le vernis	sơn tây
le graveur	— khắc, chạm	les couleurs	các mùi
le tourneur	— tiện	vert	xanh quan lục
le mécanicien	— coi máy	bleu	xanh thiên thanh
le ferblantier	— thiếc	bleu clair	xanh nhạt
le forgeron	— rèn	bleu foncé	xanh thẫm
le fondeur	— đúc	rouge	đỏ
la bague	cái nhẫn	rose	điều ngọt
le bracelet	— vòng tay	carmin	phẩm hồng
le collier	— vòng cổ	blanc	trắng
les boucles d'oreilles	hoa tai	jaune	vàng
les graines d'or	hột vàng	noir	đen
la gravure	miếng chạm	violet	tím
le cachet	cái triện	marron	nâu
fondre	đúc	gris	mùi gio
graver	chạm	le cuvier	thùng giặt
ciseler	tỉa	la lessiveuse	thùng nấu đồ gi
— le peintre	thợ sơn	le fer à repasser	bàn là
le laqueur	thợ sơn ta	teinter	bôi thuốc
le photographe	thợ chụp ảnh	teindre	nhuộm
le teinturier	thợ nhuộm	savonner	sát sà-phòng
le blanchisseur	thợ giặt	laver	giặt
le pinceau	bút lông	tremper	giấn nước
le godet	nghiên	égoutter	nước giỏ giọt
les équerres	thước chéo	sécher	phơi khô
la règle plate	thước phẳng	repasser	là phẳng
le té	thước chữ T	plier	gập
le mètre	thước đo	livrer	dưa giả
la peinture	thuốc vẽ, màu sơn	noter	biên sổ

—	le commerçant	người buôn bán
	le négociant	— buôn bán to
	le marchand	— lái buôn
	le boulanger	— bán bánh
	le boucher	-- bán thịt
	le vendeur	— bán hàng
	le colporteur	— bán giong
	le coiffeur	thợ cạo
	le chapellier	thợ làm mũ, nón
	le luthier	thợ làm đàn
	le chanteur	con hát lền ông
	la chanteuse	con hát lền bà
	le bouffon	thằng hề
	le relieur	thợ đóng sách
	l'apprenti	người tập sự
	le doreur	thợ mạ vàng
	l'imprimeur	thợ in
	le minerviste	— in máy con
	l'encaisseur	người đi thu tiền
	le receveur	— nhận tiền, phát vé
	le wattman	-- cầm máy xe điện
—	les serviteurs	hạng tôi tớ
	le chauffeur	người cầm máy ô-tô đot than
	le cocher	- cầm cương xe ngựa
	le jockey	— cưỡi ngựa thi
	le cuisinier	— nấu bếp
	le marmiton	người phụ bếp
	le domestique, boy	-- đầy tớ, bồi
	la servante	con ở
	la nourrice	vú em

P	les professions	các chức nghiệp
	le compositeur	người đặt bài đàn
	le compositeur typographe	--- xếp chữ
	le dactylographe	--- đánh máy chữ
	le surveillant	— đốc công
	le contrôleur	--- kiểm soát
	l'arpenteur	— ngắm đường
	le dessinateur	— ký vẽ
	l'architecte	— đặt kiểu nhà
	le secrétaire	— thơ ký
	le secrétaire stagiaire	— — -- ngoại ngạch
	l'interprète	-- thông ngôn
	le comptable	-- kê toán
	le caissier	-- thủ quĩ
	le représentant	-- thay quyền
	le délégué	-- đại biểu
	le fondé de pouvoir	-- quyền chủ
	le patron	ông chủ
	la patronne	bà chủ
Q	les fonctionnaires	các quan chức
—	service d'enseignement	sở học chính
	le moniteur	thầy trợ giáo
	la monitrice	cô — —
	le professeur	thầy giáo
	l'instituteur	-- --
	l'institutrice	cô giáo
	le directeur	ông đốc
	la directrice	bà đốc
	l'inspecteur de l'instruction publique	quan giám-đốc học-chính

— services civils — các sở quan văn
le commis — quan tham tá
le percepteur — quan kho-bạc
le chef de la voirie — quan lục-lộ
l'administrateur — quan cai-trị
le résident — quan công-sứ
l'administrateur maire — quan đốc-lý
le résident supérieur — quan thống-sứ
le gouverneur — quan thống-đốc
le secrétaire général du gouvernement général — quan phó toàn quyền
le gouverneur général — quan toàn-quyền
les ministres — các quan thượng-thư
le président du conseil des ministres — quan thủ-tướng
le président de la république — đức giám quốc
— la mairie — sở đốc-lý
la trésorerie — sở kho bạc
postes et télégraphes — sở bưu-điện
le télégraphiste — thầy thông giây thép
radio tétégraphique — sở vô tuyến điện
douanes et régies — sở thương-chính
travaux publics — sở công-chính (lục lộ)
service forestier — sở kiểm-lâm
service du cadastre — sở đạc-điền
bureau d'enregistrement — sở văn-tự
commissariat de police — sở cảnh sát (sở cẩm)
l'agent de police — lính cảnh sát
le brigadier de police — cai cảnh sát
le commissaire de police — quan chánh cảnh sát (ông cẩm)

la garde indigène — trại lính khố xanh
le garde indigène — lính khố xanh
le garde principal — quản khố xanh
l'inspecteur de la garde indigène — quan giám binh
— hôpital militaire — nhà thương quan binh
ambulance — — —
hôpital du protectorat — nhà thương bảo hộ
l'infirmier — người khán hộ
la sage femme — cô đỡ
le pharmacien — người bào chế
le médecin — quan thầy thuốc
service vétérinaire — sở thú-y
institut ophtalmologique — nhà thương chữa mắt
le lazaret — nhà thương bệnh lây
— le tribunal — tòa án
l'huissier — người sai phái
l'interprète assermenté — thông ngôn phát thệ
le greffier — quan lục sự
l'avocat — quan trạng sư
le juge — quan án
le procureur de la république — quan chánh án
le procureur général — quan thủ hiến tòa án
le tribunal de 1re instance — tòa sơ thẩm
le tribunal correctionnel — tòa án chừng trị
la cour d'appel — phiên án phúc thẩm
la cour d'assises — phiên án đề hình
la cour de cassation — phiên tòa thượng thẩm

R LES AUTORITÉS MILITAIRES — các quan binh

— les militaires	hạng binh sĩ
le tirailleur	lính khố đỏ
l'artilleur	lính pháo thủ
le cavalier	lính ky mã
le gendarme	lính sen đầm
le soldat	người lính tây
le soldat de 1re classe	người bếp
le caporal	người cai
le caporal-fourrier	cai thơ lại
— les sous-officiers	hạng hạ sĩ quan
le sergent	người đội
le sergent-major	người đội bốn
l'adjudant	quan một khoanh bạc
— les officiers	hạng quan binh
le sous-lieutenant	quan một (thiếu úy)
le lieutenant	quan hai (chung úy)
le capitaine	quan ba (đại úy)
— les offficiers supérieurs	hạng thượng quan
le chef de bataillon	quan tư (thiếu tá)
le commandant	— —
le lieutenant colonel	quan năm (3 vàng 2 bạc trung tá)
le colonel	quan năm (đại tá)
— les officiers généraux	hạng tướng quân
le général de brigade	quan sáu (nguyên soái)
le général de division	quan thống soái
le maréchal	quan thống chế
— le marin	lính thủy
le matelot	lính thủy
le pilote	người cầm hoa tiêu
le navigateur	người vượt bể
les embarcations	những thuyền bè
le radeau	cánh bè
la barque	thuyền
le sampan	thuyền nan
la jonque	thuyền thoi
le canot	cái xuồng con
la chaloupe	tầu sà-lúp
le bateau	tầu thủy
le paquebot	tầu buôn
le navire	tầu bể
le vaisseau	tầu bể lớn
la canonnière	đại pháo thuyền
le croiseur	tầu tuần dương
le cuirassé	tầu thiết giáp
le torpilleur	tầu ngư lôi
le sous-marin	tầu ngầm
l'aviateur	người cưỡi tầu bay
les officiers aviateurs	quan tầu bay
l'hydravion	tầu bay mặt nước
l'avion, l'aéroplane	tầu bay
le ballon	khinh khí cầu
— les armes	những khí giới
la baïonnette	gươm, lưỡi lê
le sabre	gươm trường
l'épée	thanh kiếm
le revolver	súng lục
la carabine	súng hiệp
le fusil	súng tay
le canon	súng đại bác
la mitrailleuse	súng cối say

LES VERBES (những tiếng verbes).

Verbes auxiliaires	*Những verbes giúp*	rapporter	mang lại	surveiller	coi sóc, ốp làm
avoir	có	porter	mang	tâcher	cố sức
être	là, ở	èmporter	mang đi, lấy đi	monter	trèo lên, dựng
Verbes du 1er groupe		mener	đưa đi	récompenser	thưởng
những verbes lớp nhất		emmener	đưa lại	avancer	đi lên
aimer	yêu mến	renvoyer	gửi lại	reculer	lùi lại
demander	hỏi xin	changer	thay	jeter	ném đi
travailler	làm việc	échanger	đổi	rejeter	ném lại
manger	ăn	charger	xếp lên	tirer	kéo
envoyer	gửi đi	surcharger	sếp thêm lên	pousser	đẩy
élever	nuôi, giậy, giơ lên	décharger	rỡ bớt đi	éloigner	xa ra
exercer	tập	arrêter	giữ lại	rapprocher	gần vào
parler	nói	entrer	vào	acheter	mua
écouter	nghe	rentrer	lại vào	marchander	mà cả
étudier	học	marcher	đi	mâcher	nhai
réciter	đọc thuộc	traverser	sang qua	avaler	nuốt
enseigner	giậy bảo	trouver	tìm thấy	s'habiller	mặc quần áo
donner	đưa cho	chercher	tìm kiếm	réclamer	nài, đòi
accorder	ưng cho	ramper	bò	souhaiter	chúc mừng
prier	xin	grimper	leo	adorer	thờ, yêu quá
aider	giúp	remuer	đảo lên, cựa	visiter	thăm, xem
commencer	bắt đầu làm	bouger	động đậy	attrapper	bắt
terminer	làm song	prèsser	ép xuống, vội	aiguiller	mài cho sắc
jouer	chơi	lever	nhắc lên	casser	đánh vỡ
s'amuser	đùa	enlever	lấy đi	ramer	bơi
blâmer	quở	poser	đặt xuống	nager	lội
reprocher	chách	peser	cân	se noyer	chết đuối
gronder	mắng	réveiller	đánh thức	sauver	cứu
apporter	mang đến				

2e groupe	*lớp thứ hai*	*3e groupe*	*lớp thứ ba*	3e groupe *(suite)*	*lớp thứ 3 tiếp theo*
finir	hết, xong	**recevoir**	nhận được	**rompre**	đánh gẫy
guérir	khỏi	**percevoir**	thu tiền	**rendre**	giả lại
bâtir	xây, dựng	**apercevoir**	thấy	**répondre**	giả nhời
élargir	làm rộng ra	**pouvoir**	có thể	**vendre**	bán
se réfléchir	suy nghĩ	**vouloir**	muốn	**connaître**	quen biết
punir	phạt	**voir**	xem, trông thấy	**lire**	đọc
salir	làm bẩn	**savoir**	biết	**écrire**	viết
sortir	ra	**devoir**	phải, nợ	**rire**	cười
partir	đi	**émouvoir**	động lòng	**dire**	nói
venir	đến	**mouvoir**	làm động	**faire**	làm
dormir	ngủ	**valoir**	đáng giá	**mettre**	để, đặt
ouvrir	mở	**s'asseoir**	ngồi	**prendre**	lấy
couvrir	đậy lại	**falloir**	phải, nên	**conduire**	giắt
s'abstenir	kiêng	**pleuvoir**	mưa	**boire**	uống

CONJUGAISON DES VERBES USUELS (cách chia những verbes thường dùng)

SUJETS	những tiếng làm sujet	**ÊTRE**	**là, ở**
Je	tôi, ta	**Je suis**	tôi là
Tu	anh, mày	**Tu es**	mày là
Il, elle	nó, con ấy	**Il est**	nó là
Nous	chúng tôi, chúng ta	**Nous sommes**	chúng tôi là
Vous	các anh, chúng mày	**Vous êtes**	các anh là
Ils, elles	chúng nó, những con ấy	**Ils sont**	chúng nó là

(1) **AVOIR**	**có**	**AIMER**	**yêu mến**
J' ai	tôi có	**J' aime**	tôi yêu
Tu as	mày có	**Tu aimes**	mày yêu
Il a	nó có	**Il aime**	nó yêu
Nous avons	chúng tôi có	**Nous aimons**	chúng ta yêu
Vous avez	các anh có	**Vous aimez**	các anh yêu
Ils ont	chúng nó có	**Ils aiment**	chúng nó yêu

(2) Theo như sách mẹo thì cách chia verbe phải có nhiều thì, nhưng nay mới học thì hãy tập chia một thì cho dễ hiểu. -- Đây là thì « PRÉSENT » nói việc hiện tại.

DEMANDER hỏi

Je demande — tôi hỏi
Tu demandes — mày hỏi
Il demande — nó hỏi
Nous demandons — chúng tôi hỏi
Vous demandez — các anh hỏi
Ils demandent — chúng nó hỏi

TRAVAILLER làm việc

Je travaille.. Nous travaillons...
Tu travailles.. Vous travaillez...
Il travaille.. Ils travaillent...

MANGER ăn

Je mange.. Nous mangeons...
Tu manges.. Vous mangez...
Il mange.. Ils mangent...

ENVOYER gửi đi

J' envoie.. Nous envoyons...
Tu envoies.. Vous envoyez...
Il envoie.. Ils envoient...

EXERCER tập

J' exerce.. Nous exerçons...
Tu exerces.. Vous exercez...
Il exerce.. Ils exercent...

ALLER đi

Je vais.. Nous allons...
Tu vas.. Vous allez...
Il va.. Ils vont...

FINIR làm xong, hết

Je finis . . Nous finissons. . .
Tu finis . . Vous finissez . . .
Il finit . . Ils finissent . . .

SORTIR ra

Je sors . . Nous sortons . . .
Tu sors . . Vous sortez . . .
Il sort . . Ils sortent . . .

PARTIR đi

Je pars . . Nous partons . . .
Tu pars . . Vous partez . . .
Il part . . Ils partent . . .

VENIR đến

Je viens . . Nous venons . . .
Tu viens . . Vous venez . . .
Il vient . . Ils viennent . . .

DORMIR ngủ

Je dors . . Nous dormons . . .
Tu dors . . Vous dormez. . .
Il dort . . Ils dorment . . .

OUVRIR mở

J' ouvre . . Nous ouvrons . . .
Tu ouvres . . Vous ouvrez . . .
Il ouvre . . Ils ouvrent . . .

S'ABSTENIR kiêng

Je m'abstiens . . Nous nous abstenons. .
Tu t'abstiens . . Vous vous abstenez. . .
Il s'abstient . . Ils s'abstiennent. . .

NHỜI DẶN : Từ Verbe Travailler giở xuống in thu lại cho khỏi dài dòng, nhưng khi học vẫn phải nói đủ tiếng nào nghĩa ấy như là : Je travaille tôi làm. Tu travailles mày làm . . . .

RECEVOIR nhận được

Je	reçois . .	Nous	recevons. . .
Tu	reçois . .	Vous	recevez . . .
Il	reçoit . .	Ils	reçoivent. . .

POUVOIR có thể

Je	peux . .	Nous	pouvons . . .
Tu	peux . .	Vous	pouvez . . .
Il	peut . .	Ils	peuvent . . ,

VOULOIR muốn

Je	veux . .	Nous	voulons . . .
Tu	veux . .	Vous	voulez . . .
Il	veut . .	Ils	veulent . . .

DEVOIR phải, nợ

Je	dois . .	Nous	devons . . .
Tu	dois . .	Vous	devez . . .
Il	doit . .	Ils	doivent. . .

VOIR xem, trông thấy

Je	vois . .	Nous	voyons . . .
Tu	vois . .	Vous	voyez . . .
Il	voit . .	Ils	voient . . .

SAVOIR biết

Je	sais . .	Nous	savons . . .
Tu	sais . .	Vous	savez . . .
Il	sait . .	Ils	savent . . .

EMOUVOIR làm động lòng

J'	émeus . .	Nous	émouvons. . .
Tu	émeus . .	Vous	émouvez . . .
Il	émeut. . .	Ils	émeuvent. . .

FALLOIR phải, nên

(Verbe này chỉ dùng có một ngôi).

Il faut — phải

PLEUVOIR mưa

(chỉ dùng một ngôi)

Il pleut — giời mưa

VALOIR đáng

Je	vaux . .	Nous	valons . . .
Tu	vaux . .	Vous	valez . . .
Il	vaut . .	Ils	valent. . .

S'ASSEOIR ngồi

Je	m'assieds. .	Nous	nous asseyons. . .
Tu	t'assieds. .	Vous	vous asseyez. . .
Il	s'assied . .	Ils	s'asseyent. . .

ROMPRE đánh gẫy

Je	romps . .	Nous	rompons . . .
Tu	romps . .	Vous	rompez . . .
Il	rompt . .	Ils	rompent . . .

CONNAITRE quen biết

Je	connais . .	Nous	connaissons..
Tu	connais . .	Vous	connaissez...
Il	connaît . .	Ils	connaissent...

LIRE đọc

Je	lis . . .	Nous	lisons . . .
Tu	lis . .	Vous	lisez . . .
Il	lit . .	Ils	lisent. . .

ECRIRE viết

J'	écris . .	Nous	écrivons . . .
Tu	écris . .	Vous	écrivez . . .
Il	écrit . . .	Ils	écrivent. . .

RIRE cười

Je	ris . .	Nous	rions. . .
Tu	ris . .	Vous	riez. . .
Il	rit . .	Ils	rient. . .

DIRE bảo

Je dis . .	Nous disons . . .
Tu dis . .	Vous dites . . .
Il dit . .	Ils disent . . .

FAIRE làm

Je fais . .	Nous faisons . . .
Tu fais . .	Vous faites . . .
Il fait . .	Ils font . . .

METTRE để

Je mets . .	Nous mettons . . .
Tu mets . .	Vous mettez . . .
Il met . .	Ils mettent. . .

PRENDRE lấy

Je prends . .	Nous prenons . . .
Tu prends . .	Vous prenez . . .
Il prend . .	Ils prennent . . .

CONDUIRE dắt

Je conduis . .	Nous conduisons...
Tu conduis . .	Vous conduisez...
Il conduit . .	Ils conduisent...

BOIRE uống

Je bois . .	Nous buvons . . .
Tu bois . .	Vous buvez . . .
Il boit . .	Ils boivent. . .

PHRASES DÉTACHÉES (Những câu ngắt riêng)

J'ai un encrier.	Tôi có một lọ mực.
Tu as deux plumes.	Mày có hai ngòi bút.
Il a une règle.	Nó có một thước kẻ.
Nous avons chacun un livre.	Chúng ta mỗi người có một quyển sách.
Vous avez six crayons couleurs.	Các anh có sáu bút chì mùi.
Ils ont trois cahiers.	Chúng nó có ba quyển vở.
Je suis bon.	Tôi tốt bụng.
Tu es mauvais.	Mày sấu bụng.
Il est beau.	Nó đẹp.
Nous sommes laborieux.	Chúng ta hay làm.
Vous êtes studieux.	Các anh chăm học.
Elles sont jolies	Những con ấy đẹp.
J'aime mon père.	Tôi yêu mến cha tôi.
Tu demandes à ta mère.	Mày hỏi xin mẹ mày.
Il travaille à la maison.	Nó làm việc ở nhà.
Nous mangeons du riz.	Chúng ta ăn cơm.

Je vais à l'école.	Tôi đi học.
Tu vas te promener avec ton frère.	Mày đi chơi với anh mày.
Elle va au marché.	Con ấy đi chợ.
Nous finissons de lire.	Chúng tôi đọc xong.
Vous finissez d'écrire.	Các anh viết xong.
Ils finissent de calculer.	Chúng nó tính xong.
Elles sortent de la classe.	Những con ấy ở lớp học đi ra.
Je pars pour Haiphong.	Tôi đi Hải-phòng.
Tu viens de Nam-dinh.	Mày ở Nam-định đến.
Il dort toute la nuit.	Nó ngủ cả đêm.
Nous ouvrons la porte.	Chúng tôi mở cửa.
Vous fermez la fenêtre.	Các anh đóng cửa kính.
Ils s'abstiennent de boire de l'alcool.	Chúng nó kiêng uống rượu.
Je reçois une récompense.	Tôi được thưởng.
Il reçoit le blâme du professeur.	Nó bị thày giáo quở.
Elle reçoit une lettre de sa sœur.	Con ấy nhận được thơ của chị nó.
Elle peut répondre immédiatement.	Con ấy có thể giả nhời ngay.
Si nous voulons être savants.	Nếu chúng ta muốn được thông thái.
Travaillons pendant la jeunesse.	Chúng ta phải làm việc khi còn ít tuổi.
Les collègiens entrent en classe.	Những học trò đi vào lớp.
Vous savez lire et écrire.	Các anh biết đọc và viêt.
Les laboureurs travaillent aux champs.	Những thợ cầy làm ở ngoài đồng.
La nourrice surveille les enfants.	Những vú em coi sóc những trẻ con.
Le médecin visite les malades.	Ông thầy thuốc thăm những người ốm
Les cultivateurs habitent la campagne	Những người làm ruộng ở miền nhà quê.
Les commerçants sont domiciliés en ville.	Những người buôn bán thì ở thành phố.
Mon père raconte une histoire antique.	Cha tôi kể một truyện cổ tích.
Nous honorons nos parents.	Chúng tôi tôn kính cha chúng tôi.
Nous méprisons les méchants.	Chúng tôi khinh những kẻ độc dữ.

LEÇONS DE LANGAGE (bài tập cách nói)

— Quel est l'objet que tu vois dessiné sur ce plan ?	— Cái vật gì mà mày thấy vẽ ở bản đồ này ?
— Monsieur, c'est une maison.	— Thưa ông, đấy là một cái nhà.
— Comment est cette maison ?	— Cái nhà ấy thế nào ?
— Cette maison est grande.	— Cái nhà ấy nhớn.
— Combien y a-t-il d'étages ?	— Có mấy từng gác.
— Il y a deux étages.	— Có hai từng gác
— Cette maison est-elle jolie ?	— Nhà ấy có đẹp không ?
— Oui, monsieur, elle est jolie.	— Thưa ông có, nó đẹp.
— Montrez-moi la porte de la maison.	— Trỏ ta xem cửa nhà ấy.
— La voici.	— Cửa nhà ấy đây.
— Combien y a-t-il de fenêtres ?	— Có mấy cửa kính ?
— Il y a dix-huit fenêtres.	— Có mười tám cửa kính.
— Combien y a-t-il de portes ?	— Có mấy cửa ra vào ?
— Il y a deux portes.	— Có hai cửa.
— Où est le deuxième étage ?	— Từng gác thứ hai ở đâu ?
— Il est en haut.	— Nó ở trên cao.
— Où est le rez-de-chaussée ?	— Từng dưới nhà ở đâu ?
— Le rez-de-chaussée est en bas.	— Từng dưới ở dưới thấp.
— Où est le toit de la maison ?	— Mái nhà ở đâu ?
— Il est en haut : le voici.	— Nó ở trên cao, chỗ này.
— Qu'y a-t-il sur le toit ?	— Trên mái có gì ?
— Sur le toit il y a des tuiles.	— Trên mái có ngói.
— Tu as bien répondu ; vas à ta place.	— Mày đã giả nhời phải ; được về chỗ ngồi.

— Où vas-tu ?	— Mày đi đâu ?
— Je vais à la librairie.	— Tôi đi đến nhà bán sách.
— Pour quoi faire ?	— Để làm gì ?
— Pour acheter un livre.	— Để mua một quyền sách.

— A quelle école travailles-tu ?	— Mày học ở trường nào ?
— Monsieur, je travaille au collège du Protectorat.	— Thưa ông, tôi học ở trường Bảo-hộ
— Depuis quand ?	— Đi học đã bao lâu ?
— Depuis deux ans.	— Đã được hai năm.
— Qu'as-tu appris au collège ?	— Mày đã học những gì ?
— J'ai appris un peu de français, de leçons de choses, de calculs et de géographie.	— Tôi đã học chữ tây, cách-trí, toán-pháp và địa-dư, mỗi thứ một ít.
— Es-tu fort en français ?	— Mày có giỏi chữ tây không ?
— Non, Monsieur, je ne suis pas fort en français.	— Thưa ông không, tôi không giỏi chữ tây.
— As-tu fait beaucoup de problèmes ?	— Mày đã làm nhiều tính đố chưa ?
— Oui, Monsieur je les ai faits souvent.	— Thưa ông có, tôi đã thường làm tính đố.
— Tu es poli et aimable.	— Mày có lễ phép và đáng yêu.
Tu es aussi travailleur.	Mày cũng là đứa chăm học.
Je te félicite.	Ta khen mày.
Certes, tes parents sont heureux d'avoir un enfant comme toi.	Cha mẹ được đứa con như mày thì thật là vui sướng.

PHRASES INTERROGATIVES (Những câu hỏi)

Combien de livres as-tu achetés ?	Mày đã mua bao nhiêu sách ?
Combien as-tu payé ?	Mày đã giả bao nhiêu tiền ?
Comment dites-vous ?	Anh nói thế nào ?
Comment faut-il faire ?	Phải làm thế nào ?
Où se trouve votre maison ?	Nhà anh ở đâu ?
Pourquoi n'êtes-vous pas venu hier ?	Làm sao hôm qua anh không đến ?
Pourquoi ne pas me dire cela avant ?	Làm sao không nói trước với tôi ?
Qu'est-ce qu'une école ?	Nhà trường là cái gì ?
Quel livre lisez-vous ?	Anh học sách gì ?
Que faites-vous là ?	Anh làm gì đấy ?
Que désirez-vous ?	Anh muốn gì ?

LE TRAVAIL D'UN ÉCOLIER (Việc làm của một tên học trò nhỏ)

Năm est un écolier de neuf ans.	Năm là một tên học trò lên 9 tuổi.
Le matin il se lève de bonne heure.	Buổi sáng nó giậy sớm.
Il met en ordre sa literie et celle de ses parents.	Nó xếp gịọn giường nằm của nó và giường của cha mẹ nó cho thứ tự.
Il fait sa toilette,	Nó rửa mặt.
Il s'habille convenablement.	Nó mặc áo chỉnh tề.
Avant d'aller à l'école :	Trước khi đi học :
Il dit bonjour à ses parents.	Nó chào cha mẹ nó.
Il serre la main de ses frères.	Nó bắt tay các anh nó.
Il part à l'école.	Nó đi đến trường.
Il vient en classe.	Nó đến lớp học.
Il salut poliment son maître.	Nó lạy thầy giáo nó một cách lễ phép.
A 8 heures il entre en classe.	Đến 8 giờ nó vào lớp.
Il travaille jusqu'à la récréation.	Nó làm việc cho đến giờ ra chơi.
Il entre de nouveau dans la classe.	Nó lại vào lớp.
Il travaille avec ses camarades jusqu'à l'heure de sortie.	Nó làm việc với các bạn học cho đến giờ về.
Il rentre directement à la maison.	Nó về thẳng ngay nhà.

ANNÉES, MOIS, JOURS ET HEURES (năm, tháng, ngày và giờ)

Un siècle est une période de 100 années.	Một thế-kỷ là một khoảng 100 năm.
Dans une année il y a 4 saisons.	Trong một năm thì có 4 mùa.
Chaque saison dure trois mois.	Mỗi mùa có 3 tháng.
Dans un mois il y quatre semaines et deux ou trois jours.	Trong một tháng có bốn tuần lễ và 3, 4 ngày.
Il y a donc 12 mois dans une année et sept jours dans une semaine.	Vậy thời có 12 tháng trong một năm và bảy ngày trong một tuần.
Dans un jour il y a 24 heures, dans une heure il y a 60 minutes et dans une minute 60 secondes.	Trong một ngày có 24 giờ, trong một giờ có 60 phút và trong một phút 60 giây.
Les mois ont 30 ou 31 jours, à l'exception du mois de février qui n'a que 28 ou 29 jours.	Những tháng thì có 30 hay là 31 ngày trừ ra tháng hai chỉ có 28 hay là 29 ngày thôi.

SALUTATIONS ET COMPLIMENTS (Nhời chào và chúc tụng)

— Bonjour Monsieur.	— Xin chúc ông ngày tốt.
— Salut, mon ami.	— Chào anh.
— Comment vous portez-vous ?	— Ông được mạnh khỏe chăng ?
— Je me porte à ravir, je vous remercie. Et vous comment ça va ?	— Cám ơn anh, tôi được khỏe khoắn lắ Còn anh thế nào ?
— Je suis un peu indisposé.	— Tôi hơi nhọc một chút
— Ce ne sera rien, j'espère. Voulez-vous venir vous reposer chez moi ?	— Tôi mong rằng cũng chẳng hề chi. Anh có muốn nghỉ ở nhà tôi không
— Mille remercîments. Comment se porte votre famille ?	— Cám ơn ông nghìn lần. Còn qui quyến được mạnh chăng ?
Assez bien, merci !	— Thưa rằng cũng khá, xin cám ơn an
— Veuillez faire mes compliments aux vôtres.	Nhờ anh chuyền giao nhời chúc củ tôi cho gia quyến anh.
— Je n'y manquerai pas. Au revoir.	— Tôi không giám quên điều ấy. Xin ông ở lại.
— Adieu.	— Từ dã anh.

— Madame, je vous souhaite le bonsoir	Thưa bà tôi chúc bà tối nay tốt lành
— Salut Mademoiselle, quoi de nouveau chez vous ?	Chào cô, ở nhà có sự gì lạ không ?
— Tout va bien.	Mọi sự đều tốt cả ạ.
— Tant mieux. Je suis bien aise de vous voir.	Thế thời khá, tôi được tiếp cô lấ làm tiện lắm.
Veuillez présenter mes salutations à Madame votre mère.	Nhờ cô trình bà thân sinh ra cć rằng tôi có nhời kính chào đấy nhé
— Je ne l'oublierai pas.	Tôi không giám quên.
Veuillez faire mes compliments à votre famille.	Xin bà chuyền giao nhời chúc của tô cho qui quyến,
— Je n'y manquerai pas.	— Tôi không quên đều ấy.
Bonne nuit.	Chúc cô đêm nay tốt lành.
— Au revoir.	— Xin bà nghỉ lại.

TABLE DE MULTIPLICATION

2 fois 1 font 2	3 fois 1 font 3	4 fois 1 font 4
2 » 2 » 4	3 » 2 » 6	4 » 2 » 8
2 » 3 » 6	3 » 3 » 9	4 » 3 » 12
2 » 4 » 8	3 » 4 » 12	4 » 4 » 16
2 » 5 » 10	3 » 5 » 15	4 » 5 » 20
2 » 6 » 12	3 » 6 » 18	4 » 6 » 24
2 » 7 » 14	3 » 7 » 21	4 » 7 » 28
2 » 8 » 16	3 » 8 » 24	4 » 8 » 32
2 » 9 » 18	3 » 9 » 27	4 » 9 » 36
5 fois 1 font 5	6 fois 1 font 6	7 fois 1 font 7
5 » 2 » 10	6 » 2 » 12	7 » 2 » 14
5 » 3 » 15	6 » 3 » 18	7 » 3 » 21
5 » 4 » 20	6 » 4 » 24	7 » 4 » 28
5 » 5 » 25	6 » 5 » 30	7 » 5 » 35
5 » 6 » 30	6 » 6 » 36	7 » 6 » 42
5 » 7 » 35	6 » 7 » 42	7 » 7 » 49
5 » 8 » 40	6 » 8 » 48	7 » 8 » 56
5 » 9 » 45	6 » 9 » 54	7 » 9 » 63
8 fois 1 font 8	9 fois 1 font 9	10 fois 1 font 10
8 » 2 » 16	9 » 2 » 18	10 » 2 » 20
8 » 3 » 24	9 » 3 » 27	10 » 3 » 30
8 » 4 » 32	9 » 4 » 36	10 » 4 » 40
8 » 5 » 40	9 » 5 » 45	10 » 5 » 50
8 » 6 » 48	9 » 6 » 54	10 » 6 » 60
8 » 7 » 56	9 » 7 » 63	10 » 7 » 70
8 » 8 » 64	9 » 8 » 72	10 » 8 » 80
8 » 9 » 72	9 » 9 » 81	10 » 9 » 90

www.ingramcontent.com/pod-product-compliance
Ingram Content Group UK Ltd.
Pitfield, Milton Keynes, MK11 3LW, UK
UKHW022124260726
13993UKWH00003B/1224

9 782329 200866